AF080962

ഗ്രീൻ ബുക്സ്

സദ്ദാമിന്റെ നാട്ടിൽ

സൈക്കോ മുഹമ്മദ്

മലപ്പുറം ജില്ലയിലെ മാറഞ്ചേരിയിൽ 1935ൽ ജനനം.
മദ്രാസ് പ്രസിഡൻസി കോളേജിൽ നിന്ന് മനഃശാസ്ത്രത്തിൽ ബിരുദാനന്തര ബിരുദമെടുത്തത് (MA) 1958ൽ.
തുടർന്ന് ബാംഗ്ലൂരിലെ NIMHANS ൽ നിന്ന് കേരളത്തിൽനിന്നുള്ള ആദ്യ വിദ്യാർത്ഥിയായി ക്ലിനിക്കൽ സൈക്കോളജിയിൽ 1962ൽ ഉന്നത ബിരുദം (DM & SP) നേടി. പൂനയിലെ കമാണ്ട് സൈനികാശുപത്രിയിൽ ക്ലിനിക്കൽ സൈക്കോളജിസ്റ്റും അനുബന്ധ AFMCയിൽ അദ്ധ്യാപകനുമായി.
ഇറാഖിലെ മൂസുൾ സർവ്വകലാശാല മെഡിക്കൽ കോളേജിൽ മൂന്നു വർഷവും ലിബിയയിൽ ബങ്കാസിയിലെ അൽ അറബ് മെഡിക്കൽ സർവ്വകലാശാലയിൽ 14 വർഷവും മനഃശാസ്ത്രജ്ഞനും അദ്ധ്യാപകനുമായി.
കഴിഞ്ഞ 60 വർഷമായി സൈക്കോ എന്ന തൂലികാനാമത്തിൽ അറിയപ്പെടുന്നു. ഇന്ത്യൻ അസോസിയേഷൻ ഓഫ് ക്ലിനിക്കൽ സൈക്കോളജിസ്റ്റിന്റെ (IACP) സ്ഥാപകാംഗവും പൂർവ്വ ദേശീയ അദ്ധ്യക്ഷനും കേരള സ്റ്റേറ്റ് മെന്റൽ ഹെൽത്ത് അതോറിറ്റിയുടെ മുൻ മെമ്പറുമായിരുന്നു.
നിരവധി പുസ്തകങ്ങൾ പ്രസിദ്ധീകരിച്ചിട്ടുണ്ട്.
ഇന്ത്യയിലും വിദേശത്തുമായി മനോരോഗ സംബന്ധമായ ഗവേഷണങ്ങൾക്ക് നേതൃത്വം നൽകുകയും അന്താരാഷ്ട്ര ശാസ്ത്ര ജേർണലുകളിൽ പ്രബന്ധങ്ങൾ പ്രസിദ്ധീകരിക്കുകയും ചെയ്തിട്ടുണ്ട്. എഴുത്തുകാരന്റെ ക്ലിനിക്കൽ അനുഭവങ്ങളിൽനിന്ന് ഉരുത്തിരിഞ്ഞ ആശയമാണ് 'സ്വപ്നാടനം' എന്ന സിനിമയായി പുറത്തുവന്നത്. 22 വർഷമായി പെരുമ്പിലാവ് അൻസാർ ഹോസ്പിറ്റൽ ഡയറക്ടറായി സേവനം അനുഷ്ഠിക്കുന്നു.

ഗ്രീൻ ബുക്സ് പ്രസിദ്ധീകരിച്ച
ഗ്രന്ഥകർത്താവിന്റെ ഇതര കൃതികൾ

ഗദ്ദാഫിയുടെ ലിബിയ
(യാത്രാനുഭവം)

ഒരു ഭൂതകാല സിറിയൻ യാത്ര
(യാത്രാനുഭവം)

യാത്രാനുഭവം
സദ്ദാമിന്റെ നാട്ടിൽ

സൈക്കോ മുഹമ്മദ്

ഗ്രീൻ ബുക്സ്

green books private limited
gb building, civil lane road, ayyanthole,
thrissur- 680 003, kerala, ph: +91 487-2381066, 2381039
website: www.greenbooksindia.com
e-mail: info@greenbooksindia.com

malayalam
saddaminte nattil
travalogue
by
psycho mohamed

first published july 2019
copyright reserved

cover design : black tea

branches:
thrissur 0487-2422515
palakkad 0491-2546162
thiruvananthapuram 0471-2335301
calicut 0495 4854662
kannur 0497-2763038
ernakulam 8589095007

isbn : 978-93-88830-74-4

---

no part of this publication may be reproduced,
or transmitted in any form or by any means,
without prior written permission of the publisher.

GMPL/1101/2019

TURKEY
SYRIA
IRAN
JORDAN
SAUDI ARABIA
KUWAIT
Kuwait
Persian Gulf
Caspian Sea
Lake Urmia
Diyarbakir
Batman
Kurtalan
Hakkâri
Cizre
Urfa
Al Qāmishlī
Al Hasakah
Dayr az Zawr
Tabrīz
Orūmīyeh
Marāgheh
Mīāneh
Zanjān
Mahābād
Sanandaj
Hamadān
Bākhtarān
Borūjerd
Khorramābād
Īlām
Dezfūl
Ahvāz
Khorramshahr
Ābādān
DAHŪK
Dahūk
Zākhū
'Aqrah
Rāyāt
Tall Huqnah
Sinjār
Mosul
ARBĪL
Irbil
NĪNAWĀ
AS SULAYMĀNĪYAH
As Sulaymānīyah
Halabjah
Kirkūk
AT TA'MĪM
Bayjī
Tikrīt
ṢALĀḤ AD DĪN
Sāmarrā'
DIYĀLĀ
Ba'qūbah
Mandalī
Khānaqīn
Al Qā'im
Ḥadīthah
AL ANBĀR
potash mine
Ar Ramādī
Al Fallūjah
Baghdad
BAGHDAD
Al Ḥabbānīyah
Ar Ruṭbah
De facto boundary as shown on official Iraqi and Jordanian maps. (alignment approximate)
KARBALĀ'
Karbalā'
Al Hindīyah
BĀBIL
Al Ḥillah
WĀSIṬ
Al Kūt
Al Ḥayy
Ad Dīwānīyah
AL QĀDISĪYAH
An Najaf
An Nukhayb
AN NAJAF
As Samāwah
DHĪ QĀR
An Nāṣirīyah
MAYSĀN
Al 'Amārah
Al Baṣrah
Az Zubayr
Umm Qaṣr
Al Fāw
AL BAṢRAH
As Salmān
AL MUTHANNĀ
Al Buṣayyah
Ar'ar
De facto boundary as shown on official Iraqi and Saudi maps. (alignment approximate)
Rafḥā'
IRAQ - SAUDI ARABIA NEUTRAL ZONE
Al Jahrah
Ḥafar al Bāṭin
Ra's al Khafjī
Euphrates
Tigris
Iraq
International boundary
Province (muḥāfaẓah) boundary
National capital
Province (muḥāfaẓah) capital
Railroad
Road
0 50 100 Kilometers
0 50 100 Miles

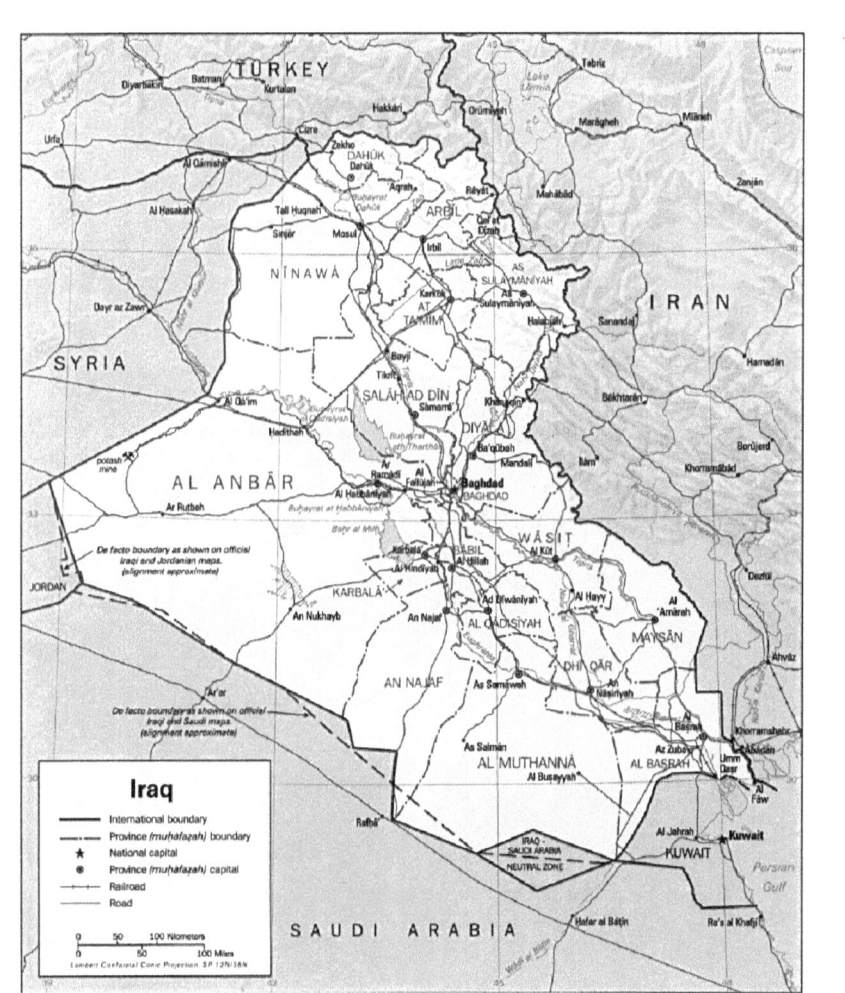

ഉള്ളടക്കം

ആമുഖം 09
അവതാരിക 11
എം.എൻ. കാരശ്ശേരി
മോഹങ്ങൾ പൂവണിയുന്നു 15
ആയിരത്തൊന്നു രാവുകളുടെ നാട്ടിൽ 21
മൂസുൾ നഗരത്തിൽ 28
സൗഹൃദത്തിന്റെ വിത്തുകൾ 35
ഒരു കാറപകടത്തിന്റെ ഓർമ്മകൾ 43
ഇറാഖ്: ഇന്നലെയും ഇന്നും 52
വസന്തകാല പിക്നിക്കുകൾ 59
ബാഗ്ദാദിലെ ദൃശ്യങ്ങൾ 69
ബാബിലോൺ മുതൽ ബസ്ര വരെ 77
ഇറാഖികളുടെ ജീവിതം 84
ഇറാഖിനോട് വിട 96

ആമുഖം

1953ൽ ഇന്റർമീഡിയറ്റിന് ഞാനൊരു ചരിത്ര വിദ്യാർത്ഥിയായിരുന്നു. അന്നാണ് ആയിരത്തൊന്ന് രാവുകളുടെ നാടായ ഇറാഖിനെപ്പറ്റി കൂടുതൽ വായിച്ചറിഞ്ഞത്. 'മെസപെട്ടോമിയ' എന്നായിരുന്നു ഇറാഖിന്റെ പഴയ പേർ. രണ്ട് നദികൾക്കിടയിലുള്ള നാട് എന്നാണതിന്റെ വാക്യാർത്ഥം. യൂഫ്രട്ടീസ് ടൈഗ്രീസ് നദീതട സംസ്കാരം അനുഗ്രഹിച്ചാശീർവ്വദിച്ച നാടാണ് ഇറാഖ്. 1975 മുതൽ മൂന്ന് വർഷം ഇവിടെ താമസിച്ചു. നാടും നാട്ടുകാരുമായി അലിഞ്ഞുചേർന്നപ്പോൾ ഞാനീ സംസ്കാരത്തിന്റെ പൈതൃകം മനംകുളിർക്കെ ആസ്വദിച്ചു. സന്ദർഭങ്ങളൊത്തു വരികയും അവസരങ്ങൾ സൃഷ്ടിക്കുകയും ചെയ്തുകൊണ്ട് ഇറാഖ് മുഴുവൻ സന്ദർശിക്കാനുള്ള ഭാഗ്യം എനിക്കും കുടുംബത്തിനുമുണ്ടായി. അങ്ങനെയാണ് ഇറാഖിനെക്കുറിച്ചൊരു യാത്രാവിവരണം മാതൃഭൂമി ആഴ്ചപ്പതിപ്പിൽ ആദ്യമായി പ്രസിദ്ധീകരിച്ചത്. ഇതിനുള്ള പ്രചോദനവും പ്രേരണയും ലഭിച്ചത് പണ്ഠിത ശ്രേഷ്ഠനും വിഖ്യാതപത്രാധിപരുമായിരുന്ന ശ്രീ. എൻ.വി. കൃഷ്ണവാരിയരിൽ നിന്നായിരുന്നുവെന്നത് ഞാനിവിടെ നന്ദിയോടെ സ്മരിക്കട്ടെ. 'യൂഫ്രട്ടീസ് ടൈഗ്രീസ് തീരങ്ങളിൽ' എന്നൊരു പുസ്തകവും പ്രസിദ്ധീകരിച്ചു. 42 വർഷങ്ങൾക്കു മുമ്പ്. ഇന്നതിന്റെ ഒരു കോപ്പിപോലും കിട്ടാനില്ല.

പുതുതലമുറയ്ക്ക് പഴയ ഇറാഖിനെക്കുറിച്ചുള്ള അറിവ് കുറവാണ്. ഇറാഖ് യുദ്ധത്തെപ്പറ്റിയും ആഭ്യന്തരകലഹത്തെപ്പറ്റിയും സദ്ദാം ഹുസൈനിന്റെ പതനത്തെപ്പറ്റിയും ധാരാളം അറിവുണ്ടുതാനും. അന്നത്തെ ഇറാഖിനേയും ഇന്നത്തെ ഇറാഖിനേയും പരിചയപ്പെടുത്തുക എന്ന ഉദ്ദേശ്യം ഈ പുസ്തക പ്രസിദ്ധീകരണത്തിന് പിന്നിലുണ്ട്. വായനക്കാർക്കൊരു താരതമ്യ പഠനവുമാകാം. "സദ്ദാമിന്റെ ഇറാഖിലെ"

അവസാന അദ്ധ്യായം പ്രതിപാദിക്കുന്നത് 2011 മുതൽ ഇറാഖിലുണ്ടായ സംഭവവികാസങ്ങളാണ്. ഇറാഖിന്റെ ആധുനിക വികസനത്തിന് സദ്ദാമിന്റെ സംഭാവനകൾ ആദ്യ അദ്ധ്യായങ്ങളിൽ തെളിഞ്ഞുകാണാമെങ്കിലും അദ്ദേഹത്തിന്റെ പതനത്തിന് വഴിവെച്ച സംഭവങ്ങൾ അവസാനപേജുകളിലും വിവരിച്ചിട്ടുണ്ട്.

'സദ്ദാമിന്റെ ഇറാഖി'ന് പ്രൗഢമായൊരു അവതാരിക എഴുതിയ ശ്രീ. എം.എൻ. കാരശ്ശേരിയോടുള്ള കടപ്പാട് ഞാനിവിടെ രേഖപ്പെടുത്തുന്നു.

ഗ്രീൻബുക്സിന് നന്ദി.

അവതാരിക

ഞങ്ങളൊക്കെ കോളേജിൽ പഠിക്കുന്ന കാലത്താണ്, 1970-കളിലാണ് മാതൃഭൂമി ആഴ്ചപ്പതിപ്പിൽ 'സൈക്കോ' എന്ന പേര് സ്ഥിരമായി കണ്ടിരുന്നത്. ആ പേരുകാരൻ അധികവും എഴുതിയിരുന്നത് മനഃശാസ്ത്രത്തെപ്പറ്റിയാണ്. മനഃശാസ്ത്രത്തെപ്പറ്റി മലയാളത്തിൽ എഴുതപ്പെടുന്ന ആദ്യകാല ലേഖനങ്ങളിൽ ചിലതാണ് വായിക്കുന്നത് എന്ന പ്രാധാന്യം തിരിച്ചറിഞ്ഞത് പിന്നീടാണ്. കേസരി ബാലകൃഷ്ണപ്പിള്ള അതിനും കുറച്ചുമുമ്പ് 'ആധുനിക മനഃശാസ്ത്രത്തിന്റെ പിതാവ്' ആയി ആദരിക്കപ്പെടുന്ന സിഗ്മണ്ട് ഫ്രോയ്ഡിനെ മലയാളികൾക്ക് വിശദമായി പരിചയപ്പെടുത്തിയിരുന്നു എന്നതാണ് എടുത്തു പറയാൻ മാത്രം പ്രസക്തിയുള്ള മുൻകാല രചന.

'സൈക്കോ' എന്ന തൂലികാനാമത്തിൽ മുഹമ്മദ് എന്ന് യഥാർത്ഥ പേരുള്ള മലപ്പുറം ജില്ലക്കാരനെക്കൊണ്ട് ഈ വകയെല്ലാം എഴുതിക്കുന്നത് മാതൃഭൂമി ആഴ്ചപ്പതിപ്പിന്റെ പ്രഗത്ഭനായ പത്രാധിപർ എൻ.വി കൃഷ്ണവാര്യരാണെന്നും ഈ എഴുത്തുകാരൻ വിദേശങ്ങളിലെവിടെയോ മനഃശാസ്ത്രജ്ഞനായി ജോലി ചെയ്യുകയാണെന്നും കേട്ടിരുന്നു.

പിന്നെ ഈ വിചിത്ര നാമധാരിയെ ശ്രദ്ധിക്കുന്നത് 'സ്വപ്നാടനം' എന്ന സിനിമ (സംവിധാനം: കെ.ജി.ജോർജ്) വരുമ്പോഴാണ്. ഈ മനഃശാസ്ത്രജ്ഞന്റെ ഡയറിക്കുറിപ്പുകളിൽ നിന്നാണ് ചിത്രത്തിന്റെ കഥാതന്തു രൂപപ്പെടുത്തിയത്. കലാമൂല്യം നിലനിർത്തിക്കൊണ്ടുതന്നെ സാമ്പത്തിക വിജയം നേടിയ മലയാളത്തിലെ അപൂർവ്വം ചലച്ചിത്രങ്ങളിലൊന്നായിരുന്നു അത്.

കാലക്രമത്തിൽ എന്നെ സംബന്ധിച്ച് ആ പേര് മങ്ങിയ ഒരോർമ്മ മാത്രമായിത്തീർന്നു. ഈ മനുഷ്യൻ ഇപ്പോൾ എവിടെയാണ്, എന്തുചെയ്യുന്നു, വല്ലതും എഴുതുന്നുണ്ടോ തുടങ്ങിയ കൗതുകങ്ങളിലേക്കൊന്നും മനസ്സ് പോയില്ല.

ഈയിടെ മൊയ്തു മൗലവി അനുസ്മരണ പരിപാടിയിൽ പങ്കെടുക്കാൻ മാറഞ്ചേരിയിൽ ചെന്നപ്പോഴാണ് യാദൃച്ഛികമായി സൈക്കോവിനെ കണ്ടു പരിചയപ്പെടാൻ സന്ദർഭമുണ്ടായത്. ഈ വാർദ്ധക്യത്തിലും ഈ മനുഷ്യനിൽ കണ്ട ഉത്സാഹവും ആനന്ദവും എന്നെ ആകർഷിക്കുകതന്നെ ചെയ്തു. സംസാരിച്ചു വന്നപ്പോഴാണ് അറിയുന്നത് താൻ കണ്ടുമുട്ടിയ മനുഷ്യരുടെ മനസ്സിനെപ്പറ്റി എന്നപോലെ താൻ ജീവിക്കാനിടയായ നാടുകളെപ്പറ്റിയും ഇദ്ദേഹം ധാരാളം എഴുതിയിട്ടുണ്ട് എന്ന്. ചിലതൊക്കെ പുസ്തകമായി. പലതും പുസ്തകമായിട്ടില്ല. ഈ പുസ്തകത്തിൽ കാണുംപോലെ സാഹസികവും വിചിത്രവും ആയ അനേകം അനുഭവങ്ങൾകൊണ്ട് സമ്പന്നമാണ് ആ ജീവിതം. അറിവും അനുഭവവും ആലോചനയും – ഇത് മൂന്നും ചേർന്നാണ് സൈക്കോവിന്റെ എഴുത്ത് രൂപം കൊള്ളുന്നത്. ആത്മകഥയും യാത്രാവിവരണവും ഉൾച്ചേർന്നു കിടക്കുന്ന രചനയാണിത്.

സരസവും ലളിതവുമാണ് സൈക്കോവിന്റെ ഭാഷ. ചരിത്രത്തിലേക്കും സംസ്കാരത്തിലേക്കും എപ്പോഴും ഒരു നോട്ടമുണ്ട്. മുന്നിൽ നീണ്ടു പരന്നു കിടക്കുന്ന ബാഗ്ദാദ് നഗരത്തിലെ തെരുവുകളിൽ ഹാറൂൺ അൽ റഷീദിന്റെ രുചിയും ആയിരത്തൊന്നു രാവുകളുടെ മണവും തിരഞ്ഞുചെല്ലുന്നത് ഉദാഹരണം.

നർമ്മബോധം പലേടത്തും തല കാണിക്കുന്നുണ്ട്. അതിൽ പ്രധാനം ആത്മപരിഹാസം തന്നെ. 'പിതൃസ്വത്തായി എനിക്കു കിട്ടിയ ഏക സാധനമാണ് തുരുമ്പുപിടിച്ചു തുടങ്ങിയ ഒരു ഇരുമ്പുപെട്ടി' എന്ന വാക്യം അതിന്റെ അനേകം മാതൃകകളിൽ ഒന്നുമാത്രം. സിനിമാഹാളിൽ കൊക്കക്കോള വിറ്റുനടക്കുന്ന പയ്യനെ ഇറാഖികൾ തണുപ്പിന്റെ പിതാവ് എന്ന അർത്ഥത്തിൽ അബൂബാരിദ് എന്നു വിളിക്കുന്നത് മറ്റൊന്ന്!

പ്രകൃതിയിലേക്കെന്നപോലെ സാമൂഹികജീവിതത്തിലേക്കും മനുഷ്യരുടെ പെരുമാറ്റത്തിലേക്കും നിരീക്ഷണങ്ങൾ നീണ്ടുചെല്ലുന്നതിന് ഇവിടെ ഉദാഹരണങ്ങൾ പലതുണ്ട്. ചുറ്റുമുള്ള വ്യക്തികളുടെ വലുതും ചെറുതുമായ അനുഭവങ്ങളിലൂടെ അത്തരം സൂക്ഷ്മതകൾ അടയാളപ്പെടുത്തിയിരിക്കുന്നു. സ്ത്രീസമൂഹം അവിടെ വിദ്യാഭ്യാസരംഗത്തും തൊഴിൽ രംഗത്തും കൈവരിച്ച നേട്ടങ്ങളെപ്പറ്റിയുള്ള വിവരണം വളരെ ആവേശത്തോടെയാണ് ഞാൻ വായിച്ചത്. ലോകത്തിലെ ഈത്തപ്പഴത്തിന്റെ ഉത്പാദനത്തിൽ എൺപതുശതമാനം ഇറാഖിലെ ബസ്റയിലാണെന്ന് വായിച്ചപ്പോൾ 'ബസ്റയിലേക്ക് കാരക്ക കയറ്ററുത്' എന്ന മലബാറിലെ ചൊല്ലാണ്

ഞാനോർത്തുപോയത്. മലബാർ തീരത്തേക്ക് പണ്ട് കാരക്ക വന്നിരുന്നത് ബസ്റയിൽ നിന്നാണ്. 'കൊല്ലക്കടയിൽ സൂചി വിൽക്കരുത്' എന്നതിന് സമാന്തരമായ മാപ്പിളച്ചൊല്ലാണിത്.

മുസ്‌ലിം സാംസ്‌ക്കാരിക ചരിത്രത്തിലെ കർബല, കൂഫ മുതലായ പല സ്ഥലങ്ങളും ഇമാം ഹുസൈൻ, മുഹ്‌യിദ്ദീൻ ശൈഖ് മുതലായ പല വ്യക്തികളും ഇവിടെ പ്രത്യക്ഷപ്പെടുന്നുണ്ട്. ഇറാഖ് സന്ദർശിക്കാൻ ഉദ്ദേശിക്കുന്നവർക്ക് നല്ലൊരു മാർഗ്ഗദർശകഗ്രന്ഥമായിക്കൂടി ഇത് ഉപകാരപ്പെടും.

സദ്ദാം ഹുസൈൻ കേരളത്തിൽ ഇന്ന് ഏത് ഗൃഹസദസ്സിനും അടുത്തു പരിചയമുള്ള പേരാകുന്നു. കാരണങ്ങൾ പലതാണ് - ആ ഇറാഖ് പ്രസിഡണ്ട് നടത്തിയ ഇറാൻ-ഇറാഖ് യുദ്ധം, കുവൈത്ത് അധിനിവേശം, അമേരിക്കയോടുള്ള വെല്ലുവിളികൾ, പിന്നെ വന്നെത്തിയ സദ്ദാമിന്റെ തോൽവി, കോടതി നാടകം, അവസാനത്തെ തൂക്കിക്കൊല... പരിചാരകൻ കോട്ടിടുവാൻ സഹായിക്കുമ്പോൾ നിന്നുകൊടുക്കുന്ന ഭാവത്തിൽ അദ്ദേഹം തൂക്കുകയറിടുന്ന ജയിലുദ്യോഗസ്ഥനോട് സഹകരിക്കുന്ന ദൃശ്യം ഞാനൊരിക്കലും മറന്നുപോവുകയില്ല! മരണത്തിന്റെ മുഖത്തേക്ക് ഇത്ര നിസ്സംഗമായി നോക്കാൻ എത്ര മനുഷ്യർക്ക് കഴിയും?

വിവാദങ്ങളിൽ വലിയ കമ്പമുള്ള കൂട്ടരായ മലയാളികളുടെ ഇഷ്ടവിഭവങ്ങളിലൊന്നായി മാറാൻ സദ്ദാമിന് എളുപ്പമുണ്ട് - ആദ്യകാലത്തെ അമേരിക്കൻ വിധേയത്വം, പിൽക്കാലത്തെ അമേരിക്കൻ വിരോധം, എല്ലാകാലത്തും കാണിച്ചുപോന്ന കമ്മ്യൂണിസ്റ്റ്-ഇസ്‌ലാമിസ്റ്റ് വിരോധം... നിത്യവിവാദ നായകന് അവസാന കാലത്ത് കേരളത്തിൽ നിന്ന് കിട്ടിയ പിന്തുണ കമ്മ്യൂണിസ്റ്റുകാരിൽനിന്നും ഇസ്‌ലാമിസ്റ്റുകളിൽനിന്നും ആണെന്നത് വിധിയുടെ തമാശകളിലൊന്നായിരിക്കാം.

ഈ പുസ്തകം വായിച്ചുകഴിഞ്ഞ് ഞാൻ ഏറെ നേരം ആലോചനയിലാണ്ട് ഇരുന്നുപോയി. പിന്നെയും പിന്നെയും എന്റെ മനസ്സ് ആ ഭാഗത്തേക്കു തന്നെ മടങ്ങിച്ചെന്നു. ഇവിടെ രണ്ട് ഇറാഖുണ്ട്. ഒന്നാം ഭാഗത്തു കാണുന്നത് സമൃദ്ധവും സമാധാനനിഷ്ഠവുമായ ഒരു രാജ്യമാണ്. രണ്ടാം ഭാഗത്തു കാണുന്നത് ദരിദ്രവും സമാധാന രഹിതവും ആയ മറ്റൊരു രാജ്യം.

മനുഷ്യമനസ്സിൽ കുടികൊള്ളുന്ന ഹിംസവാസന എത്ര നിഷ്ഠുരമായിട്ടാണ് ഒരു രാജ്യത്തെ നശിപ്പിച്ചുകളഞ്ഞത്! അതു രണ്ടും കണ്ണുനിറച്ചു കാണാൻ അവസരം ലഭിച്ച

ഗ്രന്ഥകാരൻ രണ്ടു ഭാവത്തിൽ ആവിഷ്ക്കാരം കൊള്ളുന്ന ചരിത്രം രേഖപ്പെടുത്തുകയാണ്. ഇന്നത്തെ ഇറാഖിന്റെ ഒരു നേർച്ചിത്രവും വരച്ചു ചേർത്തിട്ടുണ്ട് ഗ്രന്ഥകാരൻ. ആ രണ്ടു ഇറാഖുകളെ താരതമ്യം ചെയ്യാൻ വായനക്കാർക്ക് ഇവിടെ സൗകര്യമുണ്ട് എന്നത് ഈ പുസ്തകത്തിന്റെ മൂല്യം വർദ്ധിപ്പിക്കുന്നുണ്ട്.

സ്വന്തം വാർദ്ധക്യത്തെ അടിച്ചിരുത്തുന്ന സൈക്കോവിന്റെ ഉന്മേഷത്തെ ഞാൻ അഭിവാദ്യം ചെയ്യുന്നു; ഈ പുസ്തകത്തിന് പ്രചാരവും ചർച്ചയും ആശംസിക്കുന്നു. ഇനിയും ഗ്രന്ഥങ്ങളായി പുറത്തിറങ്ങിയിട്ടില്ലാത്ത അദ്ദേഹത്തിന്റെ മറ്റു രചനകൾ പുസ്താകൃതി പ്രാപിക്കാൻ ഈ യാത്രാവിവരണം പ്രചോദനമായിത്തീരും എന്നു പ്രതീക്ഷിക്കുന്നു.

എം.എൻ കാരശ്ശേരി

അമ്പാടി
കാരശ്ശേരി
20 ഏപ്രിൽ 2019

മോഹങ്ങൾ പൂവണിയുന്നു

നദിക്കരയിലുള്ള കാസിനോകളിൽനിന്നൊഴുകി വരുന്ന കബാബിന്റെ മണവും ഉമ്മുകുത്സുവിന്റെ ഗാനമാധുരിയും ടൈഗ്രീസിന്റെ കളകളാരവത്തിൽ ലയിച്ചുചേരുമ്പോൾ ഈയുള്ളവൻ നദിയുടെ മടിത്തട്ടിൽ മനോരാജ്യത്തിൽ മുഴുകിക്കിടക്കുക പതിവാണ്. മാനസികാപഗ്രഥന ശയ്യയിൽ കിടക്കുന്ന അനുഭവം. ഓർമ്മകൾ ടൈഗ്രീസിന്റെ ഓളങ്ങളോട് മത്സരിച്ചു സ്വതന്ത്രമായി പ്രവഹിക്കുന്നു. അടുക്കും ചിട്ടയുമില്ലാത്ത ഓർമ്മകൾ. മനസ്സിന്റെ കോണുകളിൽ കൊല്ലങ്ങളായി പതിയിരിക്കുന്ന അനുഭവങ്ങൾ. അഭിലാഷങ്ങൾ. പിതാവിന്റെ കാലടികളെ പിന്തുടർന്ന് ഒരു മതപുരോഹിതനായിത്തീരാൻ പള്ളിയിൽ 'കിതാബ് ഓതാൻ' (വേദപഠന) ചേർന്ന ഏഴാംവയസ്സിലെ ഓർമ്മകൾ.

പള്ളിയിലെ ചരുവുകളിൽ ചടഞ്ഞുകൂടിയ മുഖംമൂടി ധരിച്ച ചില വ്യക്തികൾ. ഒമ്പതുമുതൽ അഞ്ചുവർഷക്കാലം തിരൂരങ്ങാടി യത്തീംഖാനയിലെ അന്തേവാസിയായിക്കഴിഞ്ഞ അനുഭവങ്ങളുടെ കുതിച്ചുകയറ്റം. മതപഠനത്തിൽ തുടങ്ങി മനഃശാസ്ത്രത്തിൽ എത്തിച്ചേർന്ന നീണ്ടനീണ്ട മാർഗ്ഗങ്ങൾ. സാമ്പത്തിക ക്ലേശങ്ങളിൽ മുഴുകി ജീവിതത്തിന് പൂർണ്ണവിരാമമിടാൻ പോയ നിമിഷങ്ങൾ. ജീവിതത്തെ ഒരു തുടർക്കഥയാക്കി മാറ്റാൻ സഹായഹസ്തങ്ങൾ നീട്ടിയ പരിമിതമായ ചില രൂപങ്ങൾ. വാത്സല്യവും പിതൃസ്നേഹവും പകർന്നുതന്ന മുത്തശ്ശിയും അമ്മാമനും. അങ്ങനെ നൂറുനൂറായിരം ഓർമ്മകളുടെ തിരതല്ലും. അബോധമണ്ഡലത്തിൽ അടിഞ്ഞുകൂടിയ അനുഭവങ്ങൾക്കും പ്രതിരൂപങ്ങൾക്കും ബോധമനസ്സ് കടിഞ്ഞാണിടുന്നതുകൊണ്ട് മുകൾത്തട്ടിലെ അനുഭവങ്ങൾ ആദ്യമായി അനാവരണം ചെയ്യട്ടെ.

ഞാനെങ്ങനെ ഇവിടെ എത്തി? ഒരു മസ്തിഷ്കശോഷണത്തിന്റെ കഥയാണത്. പൂനയിൽ സൈനികാസ്പത്രിയിലെ മനഃശാസ്ത്രജ്ഞനായി പന്ത്രണ്ടുകൊല്ലം പ്രവർത്തിച്ചു. കാണുന്നവർക്കും കേൾക്കുന്നവർക്കും മഹിമയുള്ളൊരുദ്യോഗം. സർക്കാരിന്റെ വീട്. വേലക്കാർക്ക് താമസിക്കാൻ പിന്നിൽ വീട്. ഇരിപ്പുമുറിയിൽ കാർപ്പറ്റ്. കുട്ടികളുടെ പഠനം പബ്ലിക് സ്കൂളുകളിൽ. സർക്കാർകടത്തിൽ വാങ്ങിയ കാർ. കാണുന്നവർക്കു മറ്റെന്തുവേണം? ഇവൻതന്നെ ഭാഗ്യവാൻ. പള്ളിയിലെ

കാര്യം ദൈവത്തിനല്ലേ അറിയൂ. ഓരോ മാസവും രണ്ടറ്റവും കൂട്ടിമുട്ടിക്കുവാൻപെടുന്ന പാട്. പൊങ്ങച്ചം നിലനിർത്താനുള്ള ഓട്ടപ്പാച്ചിൽ. ഉടയവരുടെയും കടപ്പാടുകാരുടെയും പരിഭവങ്ങൾ. അല്പം പണം സമ്പാദിക്കണമെന്ന ഒടുങ്ങാത്ത ആഗ്രഹം. ഇതൊക്കെയാണ് മനഃശാസ്ത്രജ്ഞന്റെ മസ്തിഷ്കശോഷണത്തിനു പിന്നിൽ പ്രവർത്തിച്ച ഘടകങ്ങൾ.

ഒരു മനഃശാസ്ത്രജ്ഞനെന്ന നിലയിൽ എനിക്കുള്ള പരിചയവും പരിശീലനവും രേഖപ്പെടുത്തി ആവശ്യമുണ്ടെങ്കിൽ ആകർഷകമായ കരാറനുസരിച്ചു വരാൻ തയ്യാറാണെന്നും കാണിച്ച് നാല് കത്തുകൾ വിദേശങ്ങളിലേക്കയച്ചു. ചില ശാസ്ത്രീയ പ്രസിദ്ധീകരണങ്ങളിൽനിന്ന് തപ്പിപ്പിടിച്ച മേൽവിലാസങ്ങളിലായിരുന്നു ഈ കത്തുകൾ വിക്ഷേപിച്ചത്. ശരിയായ അഡ്രസ്സുകളല്ലെന്നറിയാമായിരുന്നു. എങ്കിലും തപ്പിത്തടഞ്ഞ് എത്തേണ്ടിടത്ത് എത്തിക്കൊള്ളുമെന്ന ശുഭാപ്തിവിശ്വാസം. അങ്ങനെത്തന്നെ സംഭവിക്കുകയും ചെയ്തു.

രണ്ടാഴ്ച കഴിഞ്ഞപ്പോൾ ദാറെസ്സലാം സർവ്വകലാശാലയിലെ മനോരോഗചികിത്സാവിഭാഗത്തിന്റെ തലവനായ ഡോ. മോൺസൺ ഹോളിയുടെ കത്തുവന്നു.

“താങ്കളെ ഞങ്ങളുടെ സർവ്വകലാശാലയിലേക്കു സ്വാഗതം ചെയ്യുന്നു. ഉദ്യോഗം ഏറ്റെടുക്കാൻ എപ്പോൾ സൗകര്യപ്പെടുമെന്നറിയിക്കുക.” ഇതായിരുന്നു കത്തിന്റെ രത്നച്ചുരുക്കം.

കത്തു വായിച്ചപ്പോൾ ഞാനദ്ഭുതപ്പെട്ടു. നമ്മുടെ നാട്ടിൽ എത്ര പരിചയസമ്പന്നനും ഒരു ഉദ്യോഗം ലഭിക്കണമെങ്കിൽ എത്ര പാടുപെടണം? അപേക്ഷാഫോറം പൂരിപ്പിക്കുക എന്നതുതന്നെ വലിയൊരു യത്നമാണ്. അച്ഛന്റെയും മുത്തച്ഛന്റെയും ജനനത്തിയ്യതിപോലും എഴുതേണ്ടിവരും. പൂരിപ്പിക്കുന്നവനും അതു വായിക്കുന്ന മഹാന്മാർക്കും ഒരുപോലെ അറിയാത്ത നൂറു കോളങ്ങൾ അർദ്ധസത്യങ്ങളും അസത്യങ്ങളും എഴുതി

നിറയ്ക്കണം. ശിപാർശകളും കാൽപിടിയും വേറെ. ഇതൊന്നുമില്ലാതെ, വളരെ കാര്യമാത്രപ്രസക്തമായി മാത്രം എഴുതിയ എന്റെ കത്തിന്റെ അടിസ്ഥാനത്തിൽ ഉദ്യോഗക്ഷണം ലഭിച്ചിരിക്കുന്നു. ഒരുകാലത്ത് ബിരുദം കൈക്കലാക്കി നൂറുകണക്കിന്നപേക്ഷകളയച്ചിട്ടും തൊഴിലില്ലാതെ കറങ്ങുകയും ഒടുവിൽ മലബാറിലെ തൊഴിലില്ലാത്ത അഭ്യസ്തവിദ്യരുടെ ഒരു സംഘടന രൂപീകരിക്കുകയും ചെയ്ത എനിക്കാണല്ലോ ഇപ്പോഴിങ്ങനെയൊരു ക്ഷണം ലഭിച്ചിരിക്കുന്നതെന്ന് ഒരു നിമിഷത്തിന്നകം ഓർത്തുപോയി.

ടൈഗ്രീസിന്റെ ഒഴുക്കിനു ശക്തി കൂടുന്നപോലെ തോന്നുന്നു. എവിടെയോ അടിഞ്ഞുകൂടിയ ചണ്ടികൾ നദിയുടെ മുകൾപ്പരപ്പിലൂടെ ഒഴുകിപ്പോകുന്നത് കാണാൻ രസമുണ്ട്. ഉദ്യോഗത്തെപ്പറ്റിയോർക്കുമ്പോൾ മായാതെ മനസ്സിൽ പതിഞ്ഞുകിടക്കുന്നൊരനുഭവം പൊങ്ങിവരുന്നു. ബി.എ. (ഓണേർസ്) പാസ്സായി തൊഴിലില്ലാതെ നടക്കുന്ന കാലം. 1959–ൽ ഞാനന്നു മദിരാശിയിലായിരുന്നു. ഇപ്പോൾ ഒരു ഡോക്ടറായി സേവനമനുഷ്ഠിക്കുകയും അന്ന് മദിരാശിയിൽ വിദ്യാർത്ഥിയായി കഴിയുകയും ചെയ്തിരുന്ന എന്റെ ഉറ്റസുഹൃത്തായ സി.എം. കുട്ടിയുമൊന്നിച്ചായിരുന്നു താമസം. ഞാനും മറ്റൊരു തൊഴിൽരഹിതനായ ബാലനും മുഹമ്മദ്കുട്ടിയുടെ ഹോസ്റ്റലിൽ ഇത്തിക്കണ്ണികളായി കൂടുന്നു. മുഹമ്മദ്കുട്ടി ഒരു സൂത്രം പ്രയോഗിച്ചു. ഹോസ്റ്റൽ ഭക്ഷണം തനിക്കിഷ്ടപ്പെടുന്നില്ലെന്നു പറഞ്ഞുപരത്തി. മത്സ്യക്കറിയില്ല. തമിഴൻ സാമ്പാർ ഇഷ്ടപ്പെടുന്നില്ല. അങ്ങനെ പല അപാകതകളും. ഭക്ഷണം പുറത്തുനിന്നു വരുത്തിക്കാനുള്ള സമ്മതം ലഭിക്കാനായിരുന്നു ഈ സൂത്രങ്ങൾ. സമ്മതം ലഭിച്ചു. ഒരു വലിയ ടിഫിൻ കാരിയർ വാങ്ങിച്ചു. അല്പമകലെയുള്ള ഒരു മെസ്സിൽ നിന്നായി ഭക്ഷണം. മുഹമ്മദ്കുട്ടിയും ഉദ്യോഗാർത്ഥികളായ ഞങ്ങളും പങ്കുവെച്ചുണ്ണും. ചോറ് കൊണ്ടുവരുന്ന പയ്യൻ അല്പം ബാക്കിയും വെയ്ക്കും. അങ്ങനെ കഴിയുന്ന കാലത്തൊരു ദിവസം പാലക്കാട് എംപ്ലോയ്മെന്റ് എക്സ്ചേഞ്ചിൽനിന്ന് എനിക്കൊരു കാർഡ്. ഒരു അപ്പർ ഡിവിഷൻ ക്ലാർക്കിന്റെ ഒഴിവുണ്ട്. ഓഫീസിൽ കൂടിക്കാഴ്ചയ്ക്കെത്തുക. കാർഡ് വീട്ടിൽ കിട്ടി മദിരാശിയിലേക്കു തിരിച്ചയച്ചപ്പോഴേക്ക് ദിവസങ്ങൾ കഴിഞ്ഞിരിക്കുന്നു. നിശ്ചിത ദിനമാണ് കാർഡ് കൈയിൽ കിട്ടുന്നത്. ഒരു ദിവസം വൈകിയാലും സാരമില്ല. പോവുകതന്നെ. തീരുമാനം എന്റേതായിരുന്നു. അന്നത്തെ വണ്ടിക്കുതന്നെ ഞാൻ പാലക്കാട്ടേക്കു തിരിച്ചു. കാലത്ത് പത്തുമണിയോടെ എംപ്ലോയ്മെന്റ് എക്സേഞ്ച് കണ്ടുപിടിച്ചു.

മുറ്റത്തു ഭയങ്കര തിരക്ക്. കോളേജിൽവെച്ചു പരിചയമുള്ള പല മുഖങ്ങളും. "താനെന്തിനാടോ ഇവിടെ വന്നിരിക്കുന്നത്." ഒരു പരിചയശബ്ദം. "നിങ്ങളൊക്കെ വന്ന കാര്യത്തിനുതന്നെ' എന്ന് എന്റെ മറുപടി. പലരും വിശ്വസിച്ചില്ല. അവരുടെയൊക്കെ ധാരണ ഞാൻ മദിരാശിയിൽ പോയി ബി.എ. (ഓണേർസ്) എടുത്ത് ഏതോ കോളേജിൽ ലക്ച്ചററായി കൂടിയിരിക്കുമെന്നായിരുന്നു. യു.ഡി.സിയുടെ കൂടിക്കാഴ്ച തലേദിവസം

കഴിഞ്ഞുവെന്നും എനിക്കിഷ്ടമാണെങ്കിൽ ഇന്നൊരു എൽ.ഡി.സിയുടെ കൂടിക്കാഴ്ചയുണ്ട്. അതിന് പേർ ഉൾപ്പെടുത്താമെന്നും ഓഫീസർ അറിയിച്ചു. എന്റെ പൂർണസമ്മതം അറിയിച്ചു. മദിരാശിയിൽനിന്നും തിരിച്ചതു നന്നായി. അടുത്ത ദിവസം മുതൽ 40–120 ക. ശമ്പളം കിട്ടുമല്ലോ. എസ്.എസ്.എൽ.സി. പാസ്സായവരാണ് അവിടെ കൂടിയ ഉദ്യോഗാർത്ഥികളിലധികവും. കോളേജ് പടി കയറി ഇറങ്ങിയവരും ബി.എ. പാസ്സായ ചുരുക്കം പേരുമുണ്ട്.

ഓണേഴ്സോ എം.എയോ ഉള്ളവർ ഞാനൊഴികെ ആരുമില്ല. ആശ്വാസമായി. എന്നെ പരിചയമുള്ള ചിലർ എന്നെ നോക്കി. താനെന്തിന് ഞങ്ങളുടെ കഞ്ഞിയിൽ പൂഴിയിടാൻ വന്നിരിക്കുന്നുവെന്ന അർത്ഥത്തിൽ. നട്ടുച്ചസമയം. ഉദ്യോഗാർത്ഥികളെ രണ്ടായി തിരിച്ച് പാലക്കാട്ട് നഗരത്തിലുള്ള രണ്ട് ഓഫീസുകളിലേക്ക് ഓരോ ശിപായിയുടെ അകമ്പടിയോടെ കാൽനട. അറേബ്യൻ മണലാരണ്യത്തിലൂടെ ആട്ടിൻപറ്റങ്ങളെ തെളിച്ചു നടക്കുന്ന ബദുക്കളെ കാണുമ്പോൾ പാലക്കാട് നഗരത്തിലേക്കുള്ള ഈ യാത്ര എനിക്കോർമ്മ വരാറുണ്ട്. ഞാനടക്കമുള്ള ഉദ്യോഗാർത്ഥികളെ തെളിച്ചുകയറ്റിയത് അഗ്രികൾച്ചറൽ ഇൻകം ടാക്സ് ഓഫീസിലേക്കായിരുന്നു. അവിടെ മൂന്ന് ഒഴിവുകളുണ്ട്. അപ്പോൾ കൂടുതൽ സമാധാനമായി. പിടിയുള്ളവരാരെങ്കിലുമുണ്ടെങ്കിലും എനിക്ക് സാദ്ധ്യതയുണ്ട്. ഓരോരുത്തരെയായി ഓഫീസർ വിളിച്ചു. നാലുമണിയോടെ കൂടിക്കാഴ്ചയുടെ ഫലം അറിയിച്ചു. ഈ ഓണേഴ്സുകാരൻ അതിലില്ല. അന്നു രാത്രി ഞാനുറങ്ങിയില്ല. തനിയെ ഒലവക്കോട് സ്റ്റേഷനിലിരുന്ന് കുറേ കരഞ്ഞതോർമ്മിക്കുന്നു. അന്നത്തെ ആ ഓഫീസർ ഇപ്പോൾ പെൻഷൻ പറ്റിക്കാണും. അദ്ദേഹത്തോടെനിക്ക് കടപ്പാടുണ്ട്. നന്ദിയുണ്ട്. അന്നത്തെ ഉദ്യോഗത്തിന് തിരഞ്ഞെടുത്തിരുന്നുവെങ്കിൽ ഞാനിപ്പോൾ ഏതെങ്കിലും ഓഫീസിലെ മൂലയിലിരുന്ന് യു.ഡി.സി. ആകുവാനുള്ള സാദ്ധ്യതയെപ്പറ്റി ആലോചിക്കുകയായിരിക്കും. കാരണം ഈ അനുഭവത്തിനുശേഷമാണ് ഒരു മനഃശാസ്ത്രജ്ഞനായിത്തീരാനുള്ള ഉപരിപഠന സാദ്ധ്യതകളെക്കുറിച്ചും സ്കോളർഷിപ്പ് ലഭിക്കാനുള്ള മാർഗ്ഗങ്ങളെക്കുറിച്ചും ഞാനാരാഞ്ഞത്.

ഞങ്ങൾ സ്ഥലംവിടാനുള്ള ഒരുക്കങ്ങൾ ചെയ്തുതുടങ്ങി. പാസ്പോർട്ടുകൾക്കപേക്ഷിച്ചു. മൂന്നാഴ്ചയ്ക്കകം അവ കിട്ടി. പക്ഷേ, ഒരു തകരാറ്. എന്റെ പാസ്പോർട്ടിൽ ലോകത്തുള്ള എല്ലാ നാടുകളും സന്ദർശിക്കാനുള്ള അനുമതിയുണ്ട്. ഭാര്യയുടേത് അറബ് രാഷ്ട്രങ്ങളും റഷ്യയും മാത്രം സന്ദർശിക്കാനുള്ളതാണ്. ഭർത്താവിനെയും ഭാര്യയെയും പിണക്കാനുള്ള ഈ അടവ് പാസ്പോർട്ടധികൃതർ സ്വീകരിക്കാനുള്ള കാരണം അന്വേഷിച്ചു കണ്ടെത്തി. ഓഫീസിൽ അപേക്ഷകൾ ലഭിച്ചാൽ അവ അക്ഷരക്രമത്തിൽ വേർതിരിക്കുന്നു. അപ്പോൾ അച്ഛനും മകളും ഭർത്താവും ഭാര്യയും വേർതിരിഞ്ഞു പോവുന്നു. കതീജ എന്ന പേരും മലബാർ പ്രദേശത്തെ ജനനസ്ഥലവും കണ്ടപ്പോൾ അവർ ഉദ്ദേശിച്ചു

കാണും ഈ 'താത്ത' ദുബായിലോ, ഖത്തറിലോ ഉള്ള പുതിയാപ്പളയെ കാണാൻ പോവുകയാണെന്ന്. അതായിരിക്കാം ആ നാടുകൾ മാത്രം രേഖപ്പെടുത്തിയത്.

കഴിഞ്ഞ പതിന്നാല് കൊല്ലങ്ങളായി ഈ നാടൻ പെണ്ണിനെ പൂനയിലും ആഫ്രിക്കയിലും അമേരിക്കയിലും ജീവിക്കാൻതക്ക പരുവത്തിൽ ഞാൻ പാകപ്പെടുത്തി എടുത്തിട്ടുണ്ടെന്ന വിവരമുണ്ടോ ഈ പാസ്പോർട്ട് ഓഫീസിലിരിക്കുന്നവരറിയുന്നു. പാസ്പോർട്ട് തിരിച്ചയച്ചു. ഒരു കുറിപ്പോടെ. ഞാൻ പോകുന്നിടത്തൊക്കെ നിഴൽപോലെ പിന്തുടരാൻ ഒരുങ്ങിയാണ് എന്റെ ഭാര്യ നിൽക്കുന്നതെന്നും സ്വർഗ്ഗത്തിൽ ബന്ധിച്ചവരെ പാസ്പോർട്ട് ഓഫീസിൽ പിരിക്കരുതെന്നും. എല്ലാം ക്രമപ്പെടുത്തി പാസ്പോർട്ടുകൾ ഒരാഴ്ചയ്ക്കകം തിരിച്ചുകിട്ടി. ഡോ. ഹോളിയുടെ കത്ത് വീണ്ടും വന്നു. 1975 സെപ്തംബർ ആദ്യത്തിൽത്തന്നെ അവർ എന്നെ പ്രതീക്ഷിക്കുന്നുണ്ടെന്നും എന്റെ കുട്ടികൾക്കു പഠിക്കാനവിടെ അന്താരാഷ്ട്ര സ്കൂളുണ്ടെന്നും.

ഞാൻ ദാറെസ്സലാമിനെക്കുറിച്ചും ടാൻസാനിയായെക്കുറിച്ചും സ്വപ്നം കാണാൻ തുടങ്ങി. സാഹിത്യത്തിൽനിന്നും പരിചയക്കാരിൽനിന്നും വിവരങ്ങൾ ശേഖരിച്ചു. ഇക്കാലത്ത് ഞാനേതു പുസ്തകം വായിക്കുമ്പോഴും കുട്ടികൾ തമ്മിൽ പറയുന്നതു കേൾക്കാം: "ഉപ്പ ടാൻസാനിയായെക്കുറിച്ചായിരിക്കും വായിക്കുന്നത്." ഒരു കാര്യം ഞാനാദ്യമേ മനസ്സിലാക്കിയിരുന്നു. ദാറെസ്സലാമിൽ അരിയും മത്സ്യവും ധാരാളം കിട്ടുമെന്ന്. ഭക്ഷണം നമ്മുടെ ജീവിതത്തിന്റെ ഒരു പ്രധാന ഘടകമാണല്ലോ? വളർന്നുവന്നശേഷം ഭക്ഷണക്രമങ്ങൾ വ്യത്യാസപ്പെടുത്തുക അത്ര എളുപ്പമല്ല. മനുഷ്യസ്വഭാവത്തെ മുഴുവൻ നിയന്ത്രിക്കുന്നത് ശൈശവംമുതലേയുള്ള അനുബന്ധിത പ്രതികരണങ്ങളാണെന്ന പാവ്ലോവിന്റെ സിദ്ധാന്തം ഇന്നും മനഃശാസ്ത്രലോകത്ത് സ്ഥിര പ്രതിഷ്ഠയാർജ്ജിച്ചു കഴിയുന്നുണ്ട്. മാംസഭുക്കുകളായ കേരളീയർക്ക് എവിടെപോയാലും ഇഷ്ടഭക്ഷണം മീൻകറിയും ചോറുമാണ്.

ദാറെസ്സലാമുമായി കത്തിടപാടുകളും പ്രാരംഭമര്യാദകളും നടത്തിക്കൊണ്ടിരിക്കെ ഒരു ദിവസം ഇറാഖിലെ മൂസുൾ സർവ്വകലാശാലയിൽ നിന്നൊരു കത്ത്.

"ഞങ്ങളുടെ സർവ്വകലാശാലയിൽ താങ്കൾക്കുള്ള താത്പര്യത്തിന് നന്ദി. മെഡിക്കൽ കോളേജിൽ ഒരദ്ധ്യാപകനായി താങ്കളെ നിയമിക്കാനുള്ള സർവ്വകലാശാലയുടെ തീരുമാനമറിയിക്കാൻ സന്തോഷമുണ്ട്. സെപ്തംബർ ആദ്യത്തിൽ ഇവിടെ എത്താനപേക്ഷ. താങ്കൾക്കും കുടുംബത്തിനുമുള്ള യാത്രാ ഏർപ്പാടുകൾ ഇറാഖി എയർവേയ്സ് ചെയ്യുന്നുണ്ട്."

ശമ്പളവും മറ്റു വ്യവസ്ഥകളും കൂട്ടത്തിലറിയിച്ചിട്ടുമുണ്ട്. കത്തു വായിച്ചപ്പോൾ മനഃശാസ്ത്രജ്ഞന് മാനസിക പ്രശ്നമായി. ഏതു ജോലി

സ്വീകരിക്കണം. ഇറാഖിലെ ശമ്പളവ്യവസ്ഥകൾ കൂടുതൽ ആകർഷകമായിത്തോന്നി. കുട്ടികൾക്ക് പഠിക്കാനുള്ള ഇംഗ്ലീഷ് മാധ്യമസ്കൂളുകൾ മൂസുളിൽ ഇല്ലെന്നാണറിവ്. ഇറാഖ് സമ്പന്ന രാഷ്ട്രമാണ്. ഭാരതത്തിന്റെ ബന്ധുവും. അതുകൊണ്ടവിടെ പോകുന്നതാണ് നല്ലതെന്നു ചിലർ. മനോരോഗ ചികിത്സാസൗകര്യങ്ങളും സർവ്വകലാശാലാ വിഭാഗങ്ങളും പുരോഗതി പ്രാപിച്ചിട്ടുള്ളതു ദാറെസ്സലാമിലാണ്. അങ്ങോട്ടു പോകുന്നതായിരിക്കും ഉത്തമമെന്നു വേറെ ചിലർ. ധനസമ്പാദനമാണല്ലോ പ്രധാന ലക്ഷ്യം. അപ്പോൾ ഇറാഖിലേക്കുതന്നെ പോകാം. ടാൻസാനിയായിലേക്ക് ഉടനെ കത്തെഴുതി; ഇറാഖിലേക്കും, തീരുമാനമറിയിച്ചുകൊണ്ട്.

വിവരമറിഞ്ഞ കുട്ടികൾ പ്രതിഷേധിക്കാൻ തുടങ്ങി. ഞങ്ങളോടൊത്തു വിമാനത്തിൽ കറങ്ങാനും ഉല്ലസിക്കാനുമുള്ള അവരുടെ ആഗ്രഹത്തിനു പെട്ടെന്ന് ഇടിവ് പറ്റിയതായിരുന്നു ഇതിന് പ്രധാന കാരണം. കുട്ടികളുടെ അമ്മയ്ക്ക് ഭർത്താവിനെ വിട്ടാലും കുട്ടികളെ പിരിഞ്ഞുകൂടെന്നായി. എന്റെ ഇഷ്ടാനിഷ്ടങ്ങളും വൈകല്യങ്ങളും അറിയുന്ന കുട്ടികൾ രണ്ടു രാഷ്ട്രങ്ങളും സന്ദർശിച്ച ദേശാടനക്കാരെപ്പോലെ അഭിപ്രായപ്പെടാൻ തുടങ്ങി: "ദാറെസ്സലാമിൽ നല്ല മത്സ്യം കിട്ടും. ഇറാഖിൽ മലയാള പത്രങ്ങൾ കിട്ടുകയില്ല. ദാറെസ്സലാമിൽ തണുപ്പില്ല. ജലദോഷ സുഖക്കേടുണ്ടാവുകയില്ല." അങ്ങനെ എന്നെ ചാക്കിടാനുള്ള അവരുടെ സൂത്രങ്ങൾ പ്രയോഗിച്ചുകൊണ്ടിരുന്നു. എന്റെ മനസ്സിൽ സംഘട്ടനങ്ങൾ നടന്നുകൊണ്ടിരിക്കയായിരുന്നു. ഞാനതു പുറത്തു കാണിച്ചില്ലെന്നു മാത്രം. പത്തും ഒമ്പതും പ്രായമായ ഫിറോസിനേയും ഫൈസലിനേയും കാര്യങ്ങൾ പറഞ്ഞു ധരിപ്പിക്കാൻ ശ്രമിച്ചു. എന്റെ ജീവിതത്തിലെ ആദ്യകാല ഏടുകൾ അവരെ കാണിച്ചു. എല്ലാ സുഖസൗകര്യങ്ങളുമുള്ള ഹോസ്റ്റലിൽ സമപ്രായക്കാരോടൊപ്പം ചിരിച്ചുകളിച്ചു പഠിക്കുക രസമാണെന്നവരെ ധരിപ്പിക്കാൻ ശ്രമിച്ചു. ആഴ്ചയിലൊരിക്കൽ വീട്ടിൽ വന്നുപോവുകയും ചെയ്യാം. ഒഴിവുകാലത്ത് ഇറാഖിലേക്ക് പറക്കുകയും ചെയ്യാം. സന്ദർഭത്തിനൊത്തു വളർന്നത് ഫിറോസാണ്.

"ഉപ്പയും ഉമ്മയും പൊയ്ക്കോളൂ. ഞങ്ങൾ ഹോസ്റ്റലിൽനിന്നു പഠിച്ചോളാം."

ഏഴു വയസ്സുകാരി ഫരീദയെ ഞങ്ങളോടൊത്തു കൊണ്ടുവരാനും തീരുമാനിച്ചു.

പന്ത്രണ്ടു കൊല്ലങ്ങളായി പൂനയിൽ പടുത്തുയർത്തിയ സുഹൃദ്വലയങ്ങളും ചുറ്റുപാടുകളും വേർപെടുത്തുക ഞങ്ങളെ സംബന്ധിച്ചിടത്തോളം അത്ര എളുപ്പമായിരുന്നില്ല. എങ്കിലും മനുഷ്യന്റെ കൂടെപ്പിറപ്പായ അത്യാഗ്രഹവും എന്റെ ദേശാടനവാഞ്ഛയും എന്നെ അതിനു നിർബന്ധിച്ചു. അങ്ങനെ, ഞങ്ങൾ പൂനയിൽനിന്ന് കേരളം വഴി ഇറാഖിലേക്കുള്ള യാത്രയാരംഭിച്ചു. കുട്ടികളെ കേരളത്തിൽ ചേർത്തു. വേണ്ടപ്പെട്ടവരോടൊക്കെ യാത്ര പറഞ്ഞു കൊച്ചി-ബോംബെ വഴി ഇറാഖിലേക്കു തിരിക്കാമെന്നായിരുന്നു പരിപാടി.

ആയിരത്തൊന്നു രാവുകളുടെ നാട്ടിൽ

ഇന്നലത്തെ ടൈഗ്രീസല്ല ഇന്ന്. ഭാവവ്യത്യാസങ്ങൾ സംഭവിക്കുന്നത് പെട്ടെന്നാണ്. തുർക്കിയിലെ പർവതങ്ങളിൽ നിന്നുദ്ഭവിച്ച് ഇറാഖിലെത്തുന്ന ടൈഗ്രീസിൽ വെള്ളം നിറയുകയും ചുരുങ്ങുകയും ചെയ്യുന്നത് യാതൊരു മുന്നറിയിപ്പും കൂടാതെയാണ്. പർവ്വതങ്ങളിലെ ഹിമക്കട്ടികളുരുകുന്നതിനനുസരിച്ചാണ് നദിയിലെ ജലനിരപ്പ്. മൂസുൾ പലപ്പോഴും വെള്ളപ്പൊക്കത്തിന്റെ ഭീഷണിക്കധീനപ്പെടാറുണ്ട്. ടൈഗ്രീസിന്റെ ഗതിപോലെത്തന്നെ എന്റെ മനസ്സിലെ വിചാരധാരയ്ക്കും ഏറ്റക്കുറച്ചിലനുഭവപ്പെടുന്നു.

വിദേശസഞ്ചാരത്തിനൊരുങ്ങുന്നവർക്കു പല മാർഗ്ഗതടസ്സങ്ങളുമുണ്ടാവുക പതിവാണ്. പാസ്പോർട്ട്, വിസ, പി. ഫോറം അങ്ങനെ പല കടവുകളും കടന്നുവേണം നാടുവിടാൻ. എന്നെ സംബന്ധിച്ചിടത്തോളം ഞാനൊരു സ്ഥിരീകരിക്കപ്പെട്ട ഗവണ്മെന്റ് ഉദ്യോഗസ്ഥനായിരുന്നു. സർവീസിൽനിന്നു കുറച്ചു കാലത്തേക്ക് വിട്ടുകിട്ടാനുള്ള അപേക്ഷ മുറപ്രകാരം കാലേക്കൂട്ടി സമർപ്പിക്കുകയും ചെയ്തിട്ടുണ്ട്. കാര്യങ്ങളെല്ലാം ശരിക്കു നീങ്ങുന്നുണ്ടെന്ന് ദൽഹിയിൽനിന്നൊരു സുഹൃത്ത് അറിയിക്കുകയും ചെയ്തിരുന്നു. ഇത്തരം സന്ദർഭങ്ങളിൽ ചില മാർഗ്ഗതടസ്സങ്ങൾ സൃഷ്ടിക്കുന്നതിൽ തത്പരരായ ചില രസികന്മാരെ കാണാം. തങ്ങളുടെ നിയമപരിജ്ഞാനം പ്രകടിപ്പിക്കുകയാണ് ചിലരുടെ ഉദ്ദേശ്യമെങ്കിൽ ശുദ്ധ അസൂയയാണ് മറ്റു ചിലരുടെ ചെയ്തികൾക്കു പിന്നിൽ പ്രവർത്തിക്കുന്നത്. കേരളത്തിൽവെച്ചൊരു ദിവസം എനിക്ക് ദൽഹിയിൽനിന്നൊരു സന്ദേശം ലഭിച്ചു. സർവീസിൽനിന്ന് എനിക്ക് ഒഴിവുതരാൻ പറ്റില്ലെന്നും സ്ഥലം വിടാനനുവദിക്കുകയില്ലെന്നുമാണ് സന്ദേശസാരം.

എന്റെ കൂടപ്പിറപ്പായ ശുഭാപ്തിവിശ്വാസം മന്ത്രിച്ചു. ഉടനെ ദൽഹിയിലേക്കു പുറപ്പെടുക. ഞാനുടനെ തൃശ്ശിവപേരൂർ റെയിൽവേ സ്റ്റേഷനിലേക്ക് തിരിച്ചു. മദിരാശിയിലേക്ക് വണ്ടി കയറുക. അവിടന്ന് ദൽഹിയിലേക്ക് പറക്കാം. ഭാര്യയോടും വേണ്ടപ്പെട്ടവരോടും പറഞ്ഞു. ഇറാഖിലേക്ക് പോകുന്നുണ്ടെങ്കിൽ ദൽഹിയിൽനിന്നു കമ്പിയടിക്കാം. കതീജയും

ഫരീദയും ബോംബെയിലെത്തിയാൽ മതി. തിരിച്ചുവരാനും ഒന്നിച്ചു പോകാനും സമയമില്ല. തീവണ്ടിയിലെ ഉറക്കറയിൽ മലർന്നുകിടന്നപ്പോൾ ഇതേ അനുഭവമായിരുന്നു. ടൈഗ്രീസ് കരയിലെ മനസ്സിന്റെ പ്രവാഹം. ഉറക്കം കിട്ടിയില്ല. ഓർമ്മകൾ ഇരുപത് സംവത്സരങ്ങൾക്കകലെനിന്ന് ഓടിയെത്തുന്നു. ഞാനാദ്യമായി കുറ്റിപ്പുറം റെയിൽവേ സ്റ്റേഷനിൽനിന്ന് മദിരാശിയിലേക്ക് വണ്ടി കയറിയ ഓർമ്മകൾ.

ഇന്റർമീഡിയറ്റ് പ്രശസ്തമായി പാസ്സായപ്പോൾ ഒരു ഗുരുനാഥൻ ഉപദേശിച്ചു. മദിരാശിയിൽ പോയി മനഃശാസ്ത്ര ഓണേഴ്സിനു പഠിക്കണമെന്ന്. മലബാറിൽനിന്ന് മദിരാശിയിൽ പോയി പഠിക്കുക എനിക്കൊരിക്കലും ഊഹിക്കാൻ പറ്റിയിരുന്നില്ല. സ്കോളർഷിപ്പ് കിട്ടാൻ സാദ്ധ്യതയുണ്ട്. ആവട്ടെ. അപേക്ഷ അയച്ചു. ദിവസങ്ങൾ കഴിഞ്ഞു. മാർക്ക്ലിസ്റ്റ് വാങ്ങാൻ കോളേജിൽ പോയ ഞാനവിടെ രണ്ടുമൂന്നു ദിവസം സുഹൃത്തുക്കളോടൊന്നിച്ച് ചെലവഴിച്ചു. ഒരു ദിവസം രാത്രിയിലാണ് വീട്ടിലെത്തിയത്. അപ്പോഴറിഞ്ഞു. പോസ്റ്റ്മാൻ ഒരു രജിസ്ട്രേഡ് കത്തുമായി രണ്ടു ദിവസമായി അന്വേഷിച്ചുവരുന്നു എന്ന്. കാലത്തെഴുന്നേറ്റ് മുഖം കഴുകി ഉടനെ പോസ്റ്റ്മാസ്റ്ററുടെ വീട്ടിലേക്ക് തിരിച്ചു. സ്ഥലത്തെ സ്കൂൾ അദ്ധ്യാപകനും പോസ്റ്റ്മാസ്റ്ററും ഒരാളാണ്. അദ്ദേഹം എന്നോടൊത്ത് വന്ന് പോസ്റ്റോഫീസ് തുറന്നു. കവർ തുറന്നപ്പോൾ മനസ്സിലായി മദിരാശി പ്രസിഡൻസി കോളേജിൽനിന്നുള്ള കത്താണ്. പിറ്റേദിവസം കാലത്ത് പത്തുമണിക്ക് പ്രിൻസിപ്പലേ കാണണം. കൂടിക്കാഴ്ചയ്ക്ക് വന്നില്ലെങ്കിൽ എനിക്ക് നീക്കിവെച്ച സീറ്റ് അടുത്ത ആൾക്ക് നൽകും. അന്നു വൈകുന്നേരം നാലുമണിക്ക് കുറ്റിപ്പുറം സ്റ്റേഷനിൽനിന്ന് വണ്ടി കയറിയാൽ മാത്രമേ പിറ്റേദിവസം സമയത്തിനെത്താൻ പറ്റൂ.

എന്തുചെയ്യണം. മദിരാശിയിൽ ആരുണ്ട്? യാത്രയ്ക്കും ഫീസിനും മറ്റു ചെലവുകൾക്കും പണമെവിടെ? ആലോചിച്ചുനിൽക്കാൻ സമയമില്ല. ത്വരിതപ്രവർത്തനമാണാവശ്യം. ഞാൻ വീട്ടിലേക്ക് തിരിച്ചില്ല. എനിക്ക് പ്രോത്സാഹനവും പിതൃസ്നേഹവും പകർന്നുതന്ന അമ്മാവന്റെ വീട്ടിലേക്കു നടന്നു. മൂന്നുനാഴികയകലെ. ഗ്രാമത്തിലെ തെങ്ങിൻതോപ്പിലുള്ള കാലടിപ്പാതയിലൂടെ നടക്കുമ്പോൾ ഞാൻ പരിപാടികൾ ആസൂത്രണം ചെയ്യുകയായിരുന്നു. കവറിലെ കടലാസുകളെടുത്ത് ഒന്നുകൂടി വായിച്ചു. മെഡിക്കൽ സർട്ടിഫിക്കറ്റ്, കുത്തിവെപ്പ് സർട്ടിഫിക്കറ്റ്, സ്വഭാവസർട്ടിഫിക്കറ്റ് എന്നിങ്ങനെയുള്ളവ കൂടി ശരിയാക്കേണ്ടതുണ്ട്. വഴിയിൽവെച്ച് സ്ഥലത്തെ 'മുടിവെട്ടുകാരൻ ഹാജി'യെ കണ്ടു. ചെറുപ്പക്കാരനാണ്. നല്ലവനും. മുടിവെട്ടി മുടിവെട്ടി പുണ്യസ്ഥലമായ മെക്ക വരെ പോയി. അവിടെവെച്ചും മുടിവെട്ടി. വഴിച്ചെലവ് സമ്പാദിച്ചു. അങ്ങനെയാണ് ഹാജിയാരായത്. നാട്ടിൽ തിരിച്ചെത്തിയ മുതൽ മുടിവെട്ടുകാരൻ ഹാജിയായി. ഹാജിയെയും വിവരങ്ങളറിയിച്ചു. അദ്ദേഹത്തെയും കൂട്ടിന് വിളിച്ച് അമ്മാമന്റെ വീട്ടിലെത്തി. അന്നുതന്നെ മദിരാശിയിലേക്കു പുറപ്പെടണമെന്നായിരുന്നു അദ്ദേഹത്തിന്റെയുമഭിപ്രായം. പ്രോത്സാഹനവാക്കുകൾ.

ഈ വാക്കുകളാണ് പലപ്പോഴും എനിക്ക് ആത്മവിശ്വാസം പകർന്നു തന്നിരുന്നത്. അവയുടെ അഭാവത്തിൽ ഒരുപക്ഷേ, ഞാൻ വാടിക്കരിയു മായിരുന്നു. പണം എവിടെ? അമ്മാമന്റെ കൈയും കാലിയാണ്. എവി ടെയോ ഒക്കെ ഓടിപ്പാഞ്ഞു 50 ക. ഒപ്പിച്ചു. സമയമപ്പോഴേക്കും പതി നൊന്നുമണിയായിക്കഴിഞ്ഞിരുന്നു. പൊന്നാനിയിലേക്കു അഞ്ചുമൈൽ നടന്നു. ബസ്സ് പിടിച്ചു പത്ത് പന്ത്രണ്ട് നാഴിക യാത്ര ചെയ്തു വേണം നാലുമണിക്കുള്ള മദിരാശി എക്സ്പ്രസ്സ് കുറ്റിപ്പുറത്തുവെച്ച് പിടിക്കാൻ. ഹാജിയെ എന്റെ വീട്ടിലേക്കു പറഞ്ഞയച്ചു. ഉമ്മയെ വിവരമറിയിക്കാനും എന്റെ പെട്ടിയും സാധനങ്ങളുമായി കുറ്റിപ്പുറത്തേക്കെത്താനും. പിതൃ സ്വത്തായി എനിക്ക് കിട്ടിയ ഏക സാധനമാണ് തുരുമ്പുപിടിച്ചു തുടങ്ങിയ ഒരു ഇരുമ്പുപെട്ടി. ആ പെട്ടിയിൽ എനിക്കാവശ്യമുണ്ടെന്ന് തോന്നുന്നവ യെല്ലാം ഇട്ടുകൊള്ളാൻ ഞാൻ ഹാജിയെ ചട്ടംകെട്ടി. അമ്പതുറുപ്പികയു മായി ഞാൻ യാത്ര തിരിച്ചു. പൊന്നാനിവരെ ഞാനോടുകയായിരുന്നെന്ന് പറയാം. പരമേശ്വരൻ ഡോക്ടറെപ്പറ്റി കേട്ടിട്ടുണ്ട്. പ്രധാന റോഡിന്നരി കിൽതന്നെ ബോർഡ് കണ്ടു. കയറിച്ചെന്നു. ഡോക്ടറുണ്ട്. രണ്ടുറുപ്പിക ആദ്യംതന്നെ കൈയിൽ വെച്ചുകൊടുത്തു. എല്ലാ സർട്ടിഫിക്കറ്റുകളും അദ്ദേഹം ഒപ്പിട്ടുതന്നു. പടിക്കൽ വെച്ചുതന്നെ കുറ്റിപ്പുറത്തേക്ക് ബസ്സിൽ കയറി.

ബിയ്യം എന്ന സ്ഥലത്തെത്തിയപ്പോൾ ഹാജി എന്റെ പെട്ടിയും സാധനങ്ങളുമായി അതേ ബസ് കാത്തുനിൽക്കുന്നു. മദിരാശിയിലെത്തി യാൽ എന്തു ചെയ്യും? എവിടെ താമസിക്കും? ഫീസ് കൊടുക്കാൻ പണ മെവിടെ? മറ്റത്യാവശ്യങ്ങൾ എങ്ങനെ കഴിയും? സ്കോളർഷിപ്പ് കിട്ടുക യാണെങ്കിൽത്തന്നെ അതിന് താമസം പിടിക്കുകയില്ലേ. ഞാൻ തിരൂര ങ്ങാടിയിൽ പഠിക്കുമ്പോൾ എന്റെയൊരു സഹപാഠി എപ്പോഴും മദിരാശി യെപ്പറ്റി പറയാറുള്ളതോർത്തു. അവന്റെ ജ്യേഷ്ഠൻ അവിടെയാണ്. ഒരു ഹോട്ടൽമാനേജർ. ഒഴിവുകാലത്തവിടെ പോകുന്നതും നിറപ്പകിട്ടുള്ള വസ്ത്രങ്ങളും പെന്നുകളും കൊണ്ടുവരുന്നതും കാണാം. എട്ടാംക്ലാസ് കഴിഞ്ഞ് അവനും മദിരാശിയിലേക്ക് പോകുമെന്നാണ് പറഞ്ഞിരുന്നത്. അവനുമായി പിരിഞ്ഞിട്ട് അഞ്ചാറു കൊല്ലങ്ങളായി. ഇപ്പോഴെവിടെയാ ണെന്നറിയുകയില്ല. അവന്റെ സഹോദരന്റെ പേർ എനിക്കോർമ്മ വന്നു. ഹോട്ടലിന്റെ പേരും. കുറ്റിപ്പുറത്തെത്തിയപ്പോൾ ഹാജിയോടു പറഞ്ഞു: "വണ്ടിയിളകിക്കഴിഞ്ഞാൽ പോസ്റ്റോഫീസിൽ പോയി ഒരു കമ്പിയടി ക്കണം. കെ.സി. മുഹമ്മദ്, അഹമ്മദ് റസ്റ്റോറണ്ട്, മദിരാശി." ഈ അഡ്ര സ്സിൽ. കിട്ടുമെങ്കിൽ കിട്ടട്ടെ. അടുത്ത ദിവസം സ്റ്റേഷനിൽ കാണണ മെന്നാണ് കമ്പി. വണ്ടി വന്നു. ഹാജി എന്നെ യാത്ര അയച്ചു.

കാലത്ത് എട്ടുമണിക്ക് മദിരാശി സെൻട്രൽ സ്റ്റേഷനിലെത്തി. എന്റെ ഇരുമ്പുപെട്ടിയും ഇറക്കിവെച്ച് ആരെയോ പ്രതീക്ഷിച്ച് നിൽക്കുന്നപോലെ പ്ലാറ്റ്ഫോറത്തിൽനിന്നു. യാത്രക്കാരുടെയും സ്വീകരണക്കാരുടെയും തിരക്ക്. എല്ലാം ഒരു പുതിയ ലോകം. കുറ്റിത്താടിക്കാരനായ ഒരു

ചെറുപ്പക്കാരൻ തിരക്കുപിടിച്ച് ആരെയോ പരതി അങ്ങോട്ടുമിങ്ങോട്ടും നടക്കുന്നു. ഞങ്ങളുടെ കണ്ണുകൾ കൂട്ടിമുട്ടി. കെ.സിയല്ലേ എന്നുള്ള എന്റെ ചോദ്യവും എന്റെ പേർ വിളിച്ചുകൊണ്ടുള്ള അദ്ദേഹത്തിന്റെ ചോദ്യവും ഒരുമിച്ചായിരുന്നു.

ഈ ഓർമ്മകളിൽ ഉറങ്ങിയതറിഞ്ഞില്ല. മദിരാശിയിലെത്തി ഏറ്റവും ആദ്യത്തെ വിമാനത്തിൽ ദൽഹിയിലേക്ക് പുറപ്പെട്ടു. പൂനയിൽനിന്നെ ല്ലാവരോടും യാത്ര പറഞ്ഞു. കുട്ടികളെ സ്കൂളിൽ നിന്നൊഴിവാക്കി കേരളത്തിൽ ചേർത്തു. വീട്ടുസാമാനങ്ങൾ വിൽക്കുകയോ ബന്ധപ്പെട്ട വർക്കു സമ്മാനിക്കുകയോ ചെയ്തു. ഇറാഖ് യാത്ര നടന്നില്ലെങ്കിലോ? ചിന്തകൾ മനസ്സിനെ അസ്വസ്ഥപ്പെടുത്തിക്കൊണ്ടിരുന്നു.

ദൽഹി സെക്രട്ടേറിയറ്റിൽ എത്തി. അടിയന്തിരാവസ്ഥയുടെ അലകളാ ണവിടെയും. ഡിപ്പാർട്ടുമെന്റിനെ അറിയിക്കാതെ നാടുവിട്ട് ഉദ്യോഗം സ്വീകരച്ച പലരേയും എനിക്കറിയാം. ഇതിന് ഞാൻ തയ്യാറായിരുന്നില്ല. രാജി സമർപ്പിക്കുകയാണെങ്കിൽ നാടുവിടാനും പുതിയ ഉദ്യോഗം സ്വീകരിക്കാനും അനുമതി ലഭിക്കുമെന്നായി. ഒരു മിനിട്ടിനുള്ളിൽ ഞാൻ ആ തീരുമാനമെടുത്തു. രാജിവെക്കുക, രാജിക്കത്ത് നേരിട്ട് അധി കൃതർക്ക് സമർപ്പിച്ചു. ഇറാഖിൽ ഉദ്യോഗം സ്വീകരിക്കാനുള്ള സമ്മത പത്രവും കൈയിൽ വാങ്ങി. രാജിക്കത്തെഴുതിയപ്പോൾ എന്റെ കൈ വിറച്ചിരുന്നു. സ്ഥിരീകരിക്കപ്പെട്ട ഒന്നാംതരമൊരു ജോലി. പന്ത്രണ്ട് കൊല്ലത്തെ സർവ്വീസ്. മൂന്നുമാസത്തിനകം ഉദ്യോഗക്കയറ്റം കിട്ടാൻ പോകുന്നു. ഇതൊക്കെ ത്യജിച്ചുപോവുകയോ വിദേശത്തേക്ക്? അതും ഒരു കൊല്ലത്തെ കരാറിൽ. ഇറാഖ് എനിക്ക് പിടിച്ചില്ലെങ്കിലോ? മൂസുൾ സർവ്വകലാശാലാധികൃതർക്ക് എന്നെ പിടിച്ചില്ലെങ്കിലോ? ഒരു വർഷ ത്തിനുശേഷം ഉടമ്പടി പുതുക്കിയില്ലെങ്കിലോ? ഈ ചിന്തകളൊക്കെ എന്നെ അലട്ടിയത് അന്ന് രാത്രിയിലാണ്.

എനിക്ക് ഉറക്കം കിട്ടാത്ത അല്പം ചില രാവുകളിലൊന്ന്. പന്ത്രണ്ടു കൊല്ലം ഒരുമിച്ച് ജീവിച്ച ഒരു ജീവിതപങ്കാളിയെ വിട്ടുപിരിഞ്ഞ വിരഹ ദുഃഖമാണനുഭവപ്പെട്ടത്. ഇത്തരം സന്ദർഭങ്ങളിൽ സ്വന്തം തീരുമാനമെടു ക്കണമെന്ന പക്ഷക്കാരനാണ് ഞാൻ. ചില സാഹസങ്ങളുൾക്കൊള്ളുന്ന തീരുമാനങ്ങളെടുത്തെങ്കിൽ മാത്രമേ പച്ചപിടിച്ച ഭാവിയുണ്ടാകൂ. യാഥാർ ത്ഥ്യങ്ങളെ ഉൾക്കൊണ്ടുകൊണ്ടായിരിക്കണം ഇത്തരം തീരുമാന ങ്ങളെന്നു മാത്രം. എല്ലാം തനിയേ നമുക്കനുകൂലമായി ഭവിച്ചുകൊള്ളു മെന്ന് കരുതി മിണ്ടാതിരിക്കുന്ന ചിലരുണ്ട്. അവർ പലപ്പോഴും കുണ്ടിൽ പാടുകയാണ് പതിവ്. എന്റെ ജീവിതത്തിൽ പലപ്പോഴും ഞാനങ്ങനെ സാഹസികതീരുമാനങ്ങളെടുത്തിട്ടുണ്ട്. ഇന്നുവരെയും ഖേദിക്കേണ്ടി വന്നിട്ടില്ല.

നാട്ടിലേക്ക് കമ്പിയടിച്ചു. ഭാര്യയും കുട്ടികളും ബോംബെയിലെ ത്തണമെന്ന്. ഞങ്ങൾക്കുവേണ്ടി മൂസുൾ സർവ്വകലാശാല ഏർപ്പാടു

ചെയ്തിരുന്ന ബോംബെ ഡൽഹി-ബാഗ്ദാദ്-മൂസുൾ ടിക്കറ്റുകൾ ഇറാഖി എയർവേയ്സിൽനിന്നു വാങ്ങി. ഞാനും ബോംബെയിലേക്ക് തിരിച്ചു.

ബോംബെയിൽനിന്ന് ദൽഹി വരെ ഇന്ത്യൻ എയർലൈൻസിന്റെ വിമാനത്തിലാണ് ഞങ്ങൾ സഞ്ചരിച്ചത്. എന്റെ കുടുംബത്തെ സംബന്ധിച്ചിടത്തോളം ഇതവരുടെ ആദ്യത്തെ പറക്കലായിരുന്നു. വല്ലപ്പോഴുമൊക്കെ സ്വന്തം ചെലവിലല്ലാതെ വിമാനയാത്ര കഴിഞ്ഞുവരുമ്പോൾ കുട്ടികൾ യാത്രയെപ്പറ്റി അന്വേഷിക്കുക പതിവാണ്. കൂട്ടത്തിൽ എപ്പോഴാണ് അവരേയും ഒന്നു പറപ്പിക്കുക എന്നു ചോദിക്കാറുമുണ്ട്. നമുക്കെല്ലാംകൂടി ബോംബെ മുതൽ കൊച്ചിവരെ ഒരിക്കൽ പോകാമെന്ന് പലപ്പോഴും അവർക്ക് വാക്കുകൊടുത്തിട്ടുണ്ടെങ്കിലും ഇതേവരെ വാഗ്ദാനം പാലിക്കപ്പെട്ടിട്ടില്ല. ഇപ്പോഴിതാ ചെലവ് കൂടാതെ ഒരു ദീർഘയാത്രയ്ക്ക് സന്ദർഭം ലഭിച്ചിട്ടും രണ്ടു മക്കളെയും നാട്ടിൽവിട്ടിട്ടു പോരേണ്ടിവന്നല്ലോ എന്ന ചിന്ത അലട്ടിക്കൊണ്ടിരുന്നു.

വിമാനത്തെപ്പറ്റിയും യാത്രയെപ്പറ്റിയുമെല്ലാമുള്ള ഫരീദയുടെ ചോദ്യങ്ങൾക്ക് മറുപടി പറയാനോ കൊച്ചുമനസ്സിന്റെ ജിജ്ഞാസയെ തൃപ്തിപ്പെടുത്താനോ ഞാൻ അശക്തനായിരുന്നു. മനസ്സിൽ മനഃശാസ്ത്രജ്ഞനും പിതാവും തമ്മിലൊരു വടംവലി. ജയിക്കുന്നതോ പിതാവ്. ഞങ്ങളുടെ ചിരകാല കുടുംബസുഹൃത്തായ മേജർ അബ്ദുൽഖാദർ ഞങ്ങളേയും പ്രതീക്ഷിച്ച് ദൽഹി എയർപോർട്ടിലുണ്ടായിരുന്നു. അടുത്ത ദിവസം അതികാലത്ത് അഞ്ചുമണിക്കു പുറപ്പെടുന്ന വിമാനത്തിലായിരുന്നു ഇറാഖിലേക്ക് തിരിക്കേണ്ടത്. അതേവരെയുള്ള സമയം ഖാദർ കുടുംബത്തോടൊപ്പം ചെലവഴിച്ചു. ദൽഹിയിൽ അല്പം ഷോപ്പിംഗും.

മേജർ ഖാദർ ഞങ്ങളെ പാലം വിമാനത്താവളത്തിൽവെച്ച് യാത്രയയച്ചപ്പോൾ പുറത്തു മഴ തോരാതെ പെയ്തുകൊണ്ടിരുന്നു. ചുങ്കമര്യാദകൾക്കുശേഷം ഞങ്ങൾ അന്താരാഷ്ട്ര ലോഞ്ചിൽ ഇരിപ്പായി. പല വേഷക്കാരും ഭാഷക്കാരും കടന്നുവരുന്നു. ബാഗ്ദാദിലേക്കു പോകുന്ന ഏതെങ്കിലും യാത്രക്കാരുമായി പരിചയപ്പെടണം. അത് സഹായമായേക്കും. മനസ്സിനിണങ്ങിയ ഒരാളെ കണ്ടുപിടിക്കാൻ എന്റെ കണ്ണുകൾ പരതിത്തുടങ്ങി. നീണ്ടു മെലിഞ്ഞൊരു കഷണ്ടിത്തലയൻ തടിച്ച ഭാര്യയും രണ്ടു കുട്ടികളുമായി ഒരു കോണിലിരിക്കുന്നു. മുഖത്തൊരു പ്രൊഫസറുടെ ഭാവമുണ്ട്. ഞാനടുത്തുചെന്നു. സ്വയം പരിചയപ്പെടുത്തി. ഡോ. ഹുസൈൻ ബംഗ്ലാദേശിൽനിന്നു വരുന്നു. ഇറാഖിലെ സുലൈമാനിയ സർവ്വകലാശാലയിൽ ഉദ്യോഗം സ്വീകരിക്കാനാണ് പോക്ക്. ഞങ്ങൾ സംസാരിച്ചുകൊണ്ടിരുന്നു. മഴ കാരണമാവാം വിമാനം താമസിച്ചാണ് പുറപ്പെടുന്നതെന്ന് അറിയിപ്പുണ്ടായി. യാത്രക്കാർ നിറഞ്ഞു നിറഞ്ഞു വരുന്നു. ബാഗ്ദാദ് വഴി ലണ്ടനിലേക്കു പോകുന്നവരാണധികവും. മറ്റൊരു മദ്ധ്യവയസ്കൻ. വീണ്ടും പ്രൊഫസറുടെ ഭാവം. കൂട്ടത്തിൽ ഭാര്യയും. ഞാനടുത്തുചെന്ന് സ്വയം പരിചയപ്പെടുത്തി.

അദ്ദേഹത്തിനു വളരെ സന്തോഷം. മൂസുൾ സർവ്വകലാശാലയിൽ ഭൂഗർഭ വിഭാഗത്തിൽ പ്രൊഫസറായ ഡോ. ഓജ. ബീഹാറുകാരൻ. കഴിഞ്ഞ മൂന്നു വർഷങ്ങളായി മൂസുളിലാണ്. പിന്നീടങ്ങോട്ട് ഓജ കുടുംബമായി ഞങ്ങളുടെ കൂട്ടുകാർ. വിമാനം പുറപ്പെടാൻ ഇനിയും താമസം. ബസ്സിലും വണ്ടിയിലും യാത്രചെയ്യുന്നവർക്കു തോന്നുന്നുണ്ടാവാം, ആകാശയാത്ര ക്കാർ ഭാഗ്യവാന്മാരാണെന്ന്. ഇതെപ്പോഴും ശരിയല്ല. അഞ്ചും ആറും മണി ക്കൂറുകൾ മുഷിപ്പിക്കുന്ന കാത്തിരിപ്പ്. അവസാനം വിമാനപ്പരുന്തിന്റെ വയറ്റിൽ കയറിക്കൂടിയാലോ? പരുന്ത് ചിറകറ്റ് നിലംപതിച്ചേക്കാം. പരുന്തിനെ തട്ടിക്കൊണ്ടുപോകാനൊരുമ്പെട്ട വേടന്മാർ പതിയിരിക്കുന്നു ണ്ടാവാം. വിമാനം പുറപ്പെട്ടപ്പോൾ നേരം വെളുത്തിരുന്നു. ഹോസ്റ്റസ് മിഠായി കൊണ്ടുവന്നപ്പോൾ ഭാര്യ ഓർത്തു. “എന്റെ ഫൈസലിന്നിത്തരം മിഠായി എന്തിഷ്ടമാണ്. കുട്ടികളിപ്പോൾ എന്തു ചെയ്യുകയായിരിക്കും?”

പത്തു വയസ്സു മുതൽ പതിനെട്ടു സംവത്സരങ്ങൾ വിവിധ ഹോസ്റ്റലു കളിലായി ജീവിച്ച എന്റെ കഥയിലെ പല ഏടുകളും ഭാര്യയ്ക്കു വിവരിച്ചു കൊടുത്തു. ഒരുപക്ഷേ, ഈ ഹോസ്റ്റലുകളിൽനിന്നു ലഭിച്ച ജീവിതാനു ഭവങ്ങളാണ് എന്നെ ജീവിക്കാൻ പഠിപ്പിച്ചത്. സ്വന്തം കാലിൽ നിൽക്കാനും തീരുമാനങ്ങളെടുക്കാനുമുള്ള കരുത്ത് പ്രദാനം ചെയ്തത്. കുട്ടികൾക്ക് മാതാപിതാക്കളുടെ അനുകമ്പയും ശ്രദ്ധയും ഒഴിച്ചുകൂടാത്തതാണ്. അതേസമയം അവർക്ക് സ്വയം വളരാനുള്ള മാർഗ്ഗങ്ങളുമുണ്ടാവണം. സ്വാശ്രയശീലം വളർത്താനുള്ള ഒരുപാധിയാണ് ഹോസ്റ്റൽ ജീവിതം. അങ്ങനെ ഞാൻ ഭാര്യയെ സമാധാനിപ്പിച്ചുകൊണ്ടിരിക്കുമ്പോൾ ഡോ. ഓജയുടെ പിന്നിൽനിന്നുള്ള ചോദ്യം. ശ്രീമതിക്കെന്താണൊരു മൂകത. കുട്ടികളെ പിരിഞ്ഞതുകൊണ്ടായിരിക്കും അല്ലേ? ഇതു ഞങ്ങൾക്കൊക്കെ ഉണ്ടായിട്ടുള്ളതാണ്. ഞങ്ങൾ ചില തമാശകൾ പറഞ്ഞ് വിഷയം മാറ്റി.

വിമാനം താഴ്ന്നുവരുന്നു. അവിടവിടെയായി ഈന്തപ്പനകൾ കണ്ടു തുടങ്ങി. ബഹ്റൈൻ. ഇവിടെയല്പം താമസമുണ്ട്. ഇറങ്ങാൻ സമ്മതി ക്കുമോ? ഇല്ല. ഒന്നുരണ്ട് പയ്യന്മാർ അകത്തുവന്നു. അകം അടിച്ചുവാരി. രണ്ടുപേരും മലയാളികൾ. ഇവർ ഇവിടെ അടിച്ചുവാരുന്നു. നാട്ടിൽ മണി സൗധങ്ങൾ പൊങ്ങിയിട്ടുണ്ടാവാം. പെങ്ങന്മാരെ കെട്ടിച്ചിട്ടുണ്ടാവാം. കടലും മരുഭൂമിയും താണ്ടിവന്നവരാകാം ഇവർ. അവരോട് മലയാള ത്തിലല്പം സംസാരിച്ചു. മിടുക്കന്മാർ. ഞങ്ങൾ വീണ്ടും പൊങ്ങി. തെളിഞ്ഞ വെയിലിൽ കുളിച്ച മരുഭൂമി.

ബഹ്റൈനിൽ വരുന്നവരൊക്കെ എവിടെ താമസിക്കുന്നു. എല്ലാവരും ഭൂമിക്കടിയിലാണോ? നഗരം എയർപോർട്ടിൽനിന്നു വളരെയകലെയായി രിക്കാം. എണ്ണപ്പാടങ്ങളിൽനിന്ന് പൊന്തിവരുന്ന ഗ്യാസ് ജ്വാലകൾക്ക് സ്വർണ്ണത്തിന്റെ വർണ്ണഭംഗിയുണ്ട്. വിജയക്കൊടികൾ പാറിക്കളിക്കുന്ന പോലെ. ബഹ്റൈനിൽനിന്ന് ഒന്നരമണിക്കൂറോളം പറന്നപ്പോൾ വിമാനം

വീണ്ടും താഴ്ന്നു. അടിയിൽ കാണുന്ന പാതകൾക്ക് വീതി കൂടി. കെട്ടിടങ്ങൾക്ക് വലുപ്പം വെച്ചു. പള്ളികളുടെ മിനാരങ്ങൾ തെളിഞ്ഞുവന്നു. ആയിരത്തൊന്നു രാവുകളുടെ ബാഗ്ദാദിലിറങ്ങുന്നു. പുറത്തു കടന്നപ്പോൾ പൊരിയുന്ന ചൂട്. എയർപോർട്ട് കെട്ടിടത്തിനടുത്തെത്തിയപ്പോൾ ഞാൻ ടെറസ്സിലേക്ക് നോക്കി. ജനക്കൂട്ടം. അതിനിടയിൽനിന്ന് രണ്ടു കൈകൾ പൊങ്ങുന്നു. അദ്ദേഹത്തിന്റെ കുടവയറല്പം കുലുങ്ങിയോ. സരസനും സഹൃദയനും കഥകളിഭ്രാന്തനുമായ ശ്രീ. കെ.ജി. ദാസ്. കൂട്ടത്തിൽ മകൻ അശോകും. അപ്പോൾ അദ്ദേഹത്തിനെന്റെ കത്ത് കിട്ടിയിരിക്കുന്നു. മി. ദാസ് പൂനയിലെ കേന്ദ്ര ജലവിദ്യുച്ഛക്തി ഗവേഷണ സ്ഥാപനത്തിലെ ഒരു വിദഗ്ധനാണ്. ഇപ്പോൾ ബാഗ്ദാദിൽ സേവനമനുഷ്ഠിക്കുന്നു. ഞങ്ങൾ പൂനയിൽവെച്ചേ കുടുംബസുഹൃത്തുക്കളാണ്.

ചുങ്കമര്യാദകളൊക്കെ പെട്ടെന്നു കഴിഞ്ഞു. മൂസുളിലേക്കുള്ള വിമാനം അരമണിക്കൂർ മുമ്പേ പോയിക്കഴിഞ്ഞു. ദിവസത്തിലൊരിക്കൽ മാത്രമേ മൂസുളിലേക്ക് വിമാനമുള്ളൂ. ഉർവ്വശീശാപം ഉപകാരമായി. ഞങ്ങൾക്ക് ദാസ് കുടുംബത്തോടൊപ്പം ഞങ്ങൾക്കും ഒരു ദിവസം ചെലവഴിക്കാമല്ലോ. ഓജകുടുംബത്തിനും എയർലൈൻസുകാർ നഗരത്തിലൊരു ഹോട്ടലിൽ താമസസൗകര്യം ഏർപ്പെടുത്തി. രാത്രിയിൽ അന്തിയുറങ്ങാൻ മാത്രമേ ഞങ്ങൾ ഹോട്ടലിലെത്തൂ എന്ന് ഓജകുടുംബത്തെ അറിയിച്ച് ദാസിന്റെ വസതിയിലേക്ക് തിരിച്ചു.

എന്റെ വാച്ചിൽ നാല് മണി. എന്നിട്ടും നട്ടുച്ച. എന്തൊരു ചൂട്. അശോക് തിരുത്തി. ഇറാഖ് സമയം ഒന്നരയേ ആയിട്ടുള്ളൂ. ഞങ്ങൾ വാച്ചുകൾ പിറകോട്ട് തിരിച്ചു. എനിക്കദ്ഭുതം തോന്നി. ഈ തിരക്കുള്ള റോട്ടിൽ കാറോടിക്കുമ്പോൾ അശോക് എന്തിനാണ് ഇടയ്ക്കിടെ പിറകിലേക്ക് നോക്കിക്കൊണ്ടിരിക്കുന്നത്; അപകടമല്ലേ? ഇരുഭാഗത്തേക്കും കണ്ണോടിച്ചു സംഭാഷണത്തിൽ മുഴുകിയിരുന്ന എനിക്ക് വീണ്ടുമൊരു സംശയം. എതിരേ വരുന്ന വാഹനങ്ങൾ തെറ്റായ ഭാഗത്തൂടെയാണോ വരുന്നത്? പെട്ടെന്നാണ് അത് മനസ്സിലായത്. അശോകല്ല മി. ദാസാണ് കാറോടിക്കുന്നത്. ഇന്ത്യയിൽനിന്നുള്ള മറ്റൊരു മാറ്റം. ഇവിടെ വലതുഭാഗഡ്രൈവിംഗ് ആണ്. വീട്ടിലെത്തിയപ്പോൾ തമാശയായി പറഞ്ഞു. ദാസിന്റെ മടിശ്ശീലയും കുമ്പയും മാത്രമല്ല വീർത്തിട്ടുള്ളത്. മിസ്സിസ് ദാസും മക്കളുമെല്ലാം തടിച്ചിരിക്കുന്നു. അറേബ്യൻ ഭൂഖണ്ഡത്തിലെ എണ്ണമയമുള്ള ചുടുകാറ്റ് എല്ലാവരെയും എല്ലായിടത്തും തടിപ്പിക്കുന്നു.

മൂസുൾ നഗരത്തിൽ

ടൈഗ്രീസ് കരയിലിങ്ങനെയിരിക്കുമ്പോൾ ഒരു തോർത്തുമുണ്ടും ഉടുത്ത് നദിയിൽ ചാടി, മുങ്ങിക്കുളിക്കാൻ തോന്നുന്നു. ഭാരതപ്പുഴയിൽ അക്കരെ കുളിക്കുന്ന മങ്കമാരെ കടാക്ഷിച്ച് ഇക്കരെ മുങ്ങുന്നപോലെ നദി ഇപ്പോഴും ഒരു മൂളിപ്പാട്ട് പാടിക്കൊണ്ടൊഴുകിപ്പോവുകയാണ്. മൂസുളിലെ ടൈഗ്രീസ്കര എപ്പോഴും ജനനിബിഡമാണ്. ശൈത്യകാലത്തൊഴികെ. വൈകുന്നേരമായാൽ ഒരുത്സവത്തിന്റെ പ്രതീതി. കാറുകളുടെ ഘോഷ യാത്ര. സ്ത്രീകളും പുരുഷന്മാരും കുട്ടികളും വൃദ്ധരും. ഇറാഖികളെല്ലാം സിനിമാനടന്മാരും നടികളുമാണോ. സൗന്ദര്യം വേണ്ടിടത്തൊക്കെ വേണ്ട പോലെ വഴിഞ്ഞൊഴുകുന്നു. നദിക്കരയിൽ നീണ്ടുനീണ്ടുപോകുന്ന പൂങ്കാ വനം. അല്പം അകലെയായി മൈലുകളോളം വിസ്താരത്തിലുള്ള കൃത്രിമക്കാടുകൾ. ഓക്ക് വൃക്ഷങ്ങളും യൂക്കാലിപ്റ്റ്സ് മരങ്ങളും. അവ യിൽനിന്നു കാറ്റിലൂടെ തെന്നിവരുന്ന സുഗന്ധം. നദിക്കരയിലൂടെയുള്ള കാറോട്ടം, ഉലാത്തൽ. ഹൃദ്യമായ നിർവൃതി. വീണ്ടും മൂസുളിലെത്തിയ ഓർമ്മ.

ബാഗ്ദാദിൽനിന്നു അടുത്ത ദിവസം ഞങ്ങൾ മൂസുളിലെത്തി. അര മണിക്കൂർ വിമാനയാത്ര. എന്റെ ഭാവനയിൽനിന്നു വിഭിന്നമാണ് ഇറാഖി കളുടെ വസ്ത്രധാരണരീതി. തലപ്പാവും നീണ്ട കുപ്പായവുമണിഞ്ഞ അറബിവേഷമല്ല. എല്ലാവരും സൂട്ടിൽ. ഈ ചൂടിലും സൂട്ടോ? ഇംഗ്ലീഷ് മേധാവിത്വത്തിന്റെ പൈതൃകമായിരിക്കാം. സ്ത്രീകളോ ഫ്രോക്കിലും മാക്സിയിലും ബെൽബോട്ടത്തിലും. പേരിന്നൊരു കറുത്ത വസ്ത്രമൂടി – ബുർവാ ഇട്ടിട്ടുണ്ട്. ഇളം തലമുറയിൽ ഈ കറുപ്പു മൂടിയുടെ വലുപ്പം കുറഞ്ഞുകുറഞ്ഞുവരുന്നു. വിനയവും സ്നേഹവും തുളുമ്പുന്ന ഭാവ ങ്ങൾ. മൂസുളിലെത്തിയാൽ ഏതെങ്കിലും ഹോട്ടലിൽ താമസിക്കണ മെന്നും പിന്നീട് ഇന്ത്യൻ സുഹൃത്തുക്കളുടെ സഹായത്തോടെ വാടക വീടു കണ്ടുപിടിക്കാമെന്നും ഞങ്ങളിതിനകം മനസ്സിലാക്കിയിരുന്നു. ചില പ്പോൾ ഈ ഹോട്ടൽജീവിതം ആഴ്ചകളോളം നീണ്ടുനിൽക്കാൻ സാദ്ധ്യതയുണ്ട്. ഡോ. ഓജയും അദ്ദേഹത്തെ സ്വീകരിക്കാനെത്തിയി രുന്ന സുഹൃത്തുക്കളും ഞങ്ങളെ മൂസുൾ നഗരത്തിലെ തിരക്കേറിയ

അൽദവാസയിൽ സ്ഥിതിചെയ്യുന്ന ഫന്തക് അൽ മതാരി (എയർപോർട്ട് ഹോട്ടൽ)ൽ എത്തിച്ചു സൗകര്യമുള്ളൊരു മുറി ശരിപ്പെടുത്തിത്തന്നു. വിശാലമായ ഹാളോടുകൂടിയ ഈ ഹോട്ടലിന്ന് ഒരു ഗൃഹാന്തരീക്ഷമുണ്ട്. അതുകൊണ്ടുതന്നെയായിരിക്കണം പലരും കുടുംബസഹിതം അവിടെ താമസിക്കുന്നതായി കണ്ടു. ഇവരിൽ ഏറിയ കൂറും ഈജിപ്തുകാരായിരുന്നു.

സൗകര്യങ്ങളുണ്ടെങ്കിലും ഹോട്ടൽജീവിതം വളരെ ഒറ്റപ്പെട്ടതായി തോന്നി. ഭാഷ അറിയുകയില്ല. ആരേയും പരിചയവുമില്ല. ഹോട്ടലിൽ ഭക്ഷണം ലഭിച്ചിരുന്നില്ല. ചായ മാത്രം. വിരൽ വലുപ്പത്തിലുള്ള 'ഇസ്തികാൻ' എന്നറിയപ്പെടുന്ന ചെറു ഗ്ലാസ്സുകളിലുള്ള പാലൊഴിക്കാത്ത ചായ. ഇടയ്ക്കിടെ ഇതു കുടിച്ചിരിക്കുക തദ്ദേശീയരുടെ ഒരു സ്വഭാവമാണ്. പുറത്തുനിന്നു ഭക്ഷണസാധനങ്ങൾ മുറിയിലെത്തിക്കാൻ ഏർപ്പാടുണ്ടായിരുന്നു. ഹോട്ടലിൽ എപ്പോഴും തിരക്കിട്ടോടുന്ന മദ്ധ്യവയസ്കനായ മുഹമ്മദ് ആരുടെയും ശ്രദ്ധ പിടിച്ചുപറ്റും. മുറികളിലേക്കോട്ടം. അടുക്കളയിലേക്കോട്ടം. കൗണ്ടറിലേക്കോട്ടം. ഇടയ്ക്കിടെ ഹോട്ടൽ വിട്ടു പുറത്തേക്കോട്ടം. സ്ഥലത്തെ പ്രധാന തൊഴിലാളിയായ മുഹമ്മദാണ് ഈ ഹോട്ടലിന്റെ നട്ടെല്ലെന്ന് പറയാം. ഈജിപ്തുകാരനായ അയാൾക്കും അറബി മാത്രമേ അറിയൂ. ഞങ്ങളുമായി നൂറുകൊല്ലത്തെ പരിചയഭാവത്തിലാണ് സംസാരം. സ്വീകരണം. ഫരീദയുമായി അയാൾ എളുപ്പം ബന്ധം സ്ഥാപിച്ചു. അവൾക്ക് മിഠായിയും കക്കരിയും സമ്മാനിച്ചു. അയാളെന്നെ 'അബൂ ഫരീദ" എന്നു സംബോധന ചെയ്യാൻ തുടങ്ങി. അത് അറബികളുടെ സംബോധനാ രീതിയാണ്. മൂത്ത കുട്ടിയുടെ പേരിനോട് അബൂ (അച്ഛൻ) ചേർത്താണ് എല്ലാവരും സംബോധന ചെയ്യുക. നമ്മുടെ നാട്ടിലെ ചില ഭാര്യമാർ ഭർത്താക്കന്മാരെ വിളിക്കുന്നപോലെ. കുട്ടികളുടെ അച്ഛൻ. ദേവകിയുടെ അച്ഛൻ. ഹമീദിന്റെ ഉപ്പ എന്നിങ്ങനെ. ഇവിടെ സിനിമാഹാളിലിരിക്കുമ്പോൾ ചിലർ ഉച്ചത്തിൽ വിളിക്കുന്നതു കേൾക്കാം. 'അബു ബാരിദ്' (തണുപ്പിന്റെ പിതാവ്) കൊക്കോകോള വിറ്റു നടക്കുന്ന പയ്യനെയാണ് വിളിക്കുന്നത്.

എന്തെങ്കിലും ഭക്ഷണസാധനങ്ങൾ വാങ്ങിക്കാമെന്നു കരുതി ഞാൻ പുറത്തേക്കിറങ്ങി. എല്ലാ കടകളും അടച്ചിരുന്നു. ഒരു ഹർത്താലിന്റെ പ്രതീതി. ഇത് റംസാൻ മാസമാണല്ലോ? മുസ്ലീങ്ങൾ വ്രതമനുഷ്ഠിക്കുന്ന മാസം. ഞങ്ങളെ സംബന്ധിച്ചിടത്തോളം ഞങ്ങൾ യാത്രക്കാരാണ്. നിങ്ങൾ രോഗികളായാലും യാത്രയിലായാലും വ്രതമനുഷ്ഠിക്കേണ്ടതില്ലെന്നർത്ഥം വരുന്ന ഖുർ ആൻ വാക്യം ഞാനോർത്തു. ഈ മാസത്തിൽ ഇറാഖിലെ പട്ടണങ്ങൾ പകൽ ഉറങ്ങിക്കിടക്കുന്നു. വൈകുന്നേരം ആറു മണിയാകുമ്പോഴേക്കും തെരുവുകൾ ഉണർന്നുതുടങ്ങുന്നു. റസ്റ്റാറണ്ടുകളും കാസിനോകളും ബാറുകളും ഒരിടത്തും തുറക്കുകയില്ല. സന്ധ്യയായാൽ തെരുവുകളുണർന്നു. കാസിനോകളിൽ കബാബിന്റെ മണം

പരന്നു. പള്ളികളിലെ മിനാരങ്ങളിൽ ഘടിപ്പിച്ച ഉച്ചഭാഷിണികൾ ശബ്ദിച്ചു.

ഞാൻ നിരാശനായി ഹോട്ടൽ മുറിയിലെത്തി. മുഹമ്മദിനോടു കഥ കളിയിൽ സംസാരിച്ചു. അഞ്ചു മിനിട്ടിനകം റൊട്ടിയും തക്കാളിക്കഷ്ണ ങ്ങളും മുറിയിലെത്തി. അന്നുരാത്രി ഖുബ്സും കബാബും കഴിച്ചു. ഖുബ്സ് അറബികൾക്കിടയിൽ പ്രചാരമുള്ളതാണ്. സാധാരണക്കാരന്റെ ഇഷ്ടഭക്ഷണവും. തെരുവുകളിൽ അവിടവിടെയായി ധാരാളം ഖുബ്സ് ബേക്കറികൾ കാണാം. ആട്ടകൊണ്ട് ഒരു സാധാരണ ചപ്പാത്തിയുടെ മൂന്നിരട്ടി വട്ടത്തിൽ പരത്തി ബേക്കറിയിൽവെച്ചു ചുട്ടെടുക്കുന്നതാണ് ഖുബ്സ്. മലബാർ പ്രദേശത്തു മുസ്ലീം ഗൃഹങ്ങളിലുണ്ടാക്കുന്ന പത്തിരിക്ക് ഇതിനോടു സാമ്യമുണ്ട്.

ഞങ്ങൾ അന്നു പുറത്തേക്കൊന്നും കറങ്ങാനിറങ്ങിയില്ല. മൂസുളിലെ ആദ്യരാത്രി. ആകപ്പാടെ മ്ലാനത. ആരുമാരുമറിയാത്തൊരു ദ്വീപിലെത്തി പ്പെട്ടപോലെ. കാമുകിയെ ഉപേക്ഷിച്ചു സ്ത്രീധനം മോഹിച്ചു സമ്പന്ന യുവതിയെ വേളികഴിച്ചപോലെ. ഞാൻ ഭാര്യയെ സമാധാനിപ്പിച്ചു. നാടും ജനങ്ങളുമായി ഇണങ്ങിയാൽ, ഒരു വീട്ടിലേക്കു താമസം മാറ്റിയാൽ, ഇന്ത്യക്കാരുമായി പരിചയപ്പെട്ടാൽ എല്ലാം ശരിയാകും. ഇങ്ങനെയൊരു ഒറ്റപ്പെട്ട ബോധം പന്ത്രണ്ടു കൊല്ലങ്ങൾക്കു മുമ്പേ പൂനയിൽ കുടുംബ സമേതം എത്തിയപ്പോഴും തോന്നിയിരുന്നില്ലേ? അന്നുണ്ടായൊരു സംഭവ മെനിക്കോർമ്മ വരുന്നു. വിവാഹിതനായി ഭാര്യയുമൊത്ത് പൂനയിലെ ത്തിയ ദിവസം. നാടൻ പെണ്ണിന്റെ ആദ്യത്തെ തീവണ്ടിയാത്രയും കഴി ഞ്ഞാണ് ഞങ്ങളെത്തിയത്. നേരെ എനിക്കുവേണ്ടി ഒരുക്കിയിരുന്ന

പഴയ മൂസുൾ നഗരം

ക്വാർട്ടേഴ്സിലെത്തി. ഓഫീസാണെങ്കിൽ ഇരുന്നൂറ് വാരയകലെ. അന്നു തന്നെ ഓഫീസിൽ റിപ്പോർട്ട് ചെയ്യേണ്ടിയിരുന്നു. ഞാൻ ഉടുത്തൊരുങ്ങി ഓഫീസിൽ പോകാൻ ഭാവിച്ചപ്പോൾ പുതുപെണ്ണ് കൈയിൽ പിടിച്ചു. "എനിക്കൊറ്റയ്ക്ക് ഇവിടെ നിൽക്കാൻ വയ്യ." സൈനികാശുപത്രി യങ്കണം. പട്ടാളവേഷക്കാരെ കണ്ടു പേടിച്ചോ? സ്ഥലത്തോടും കൂട്ടു കാരോടും ഇണങ്ങിച്ചേർന്നത് എത്ര വേഗത്തിലായിരുന്നു. ഇതുതന്നെ ഇവിടെയും സംഭവിക്കും. ഈ ചിന്തകളിൽ നിന്നെന്നെ ഉണർത്തിയത് മുഹമ്മദിന്റെ സാന്നിധ്യമാണ്.

എന്തെങ്കിലും ആവശ്യമുണ്ടോ? അയാൾ അന്തിയുറങ്ങാൻ വീട്ടി ലേക്കു പോവുകയാണ്. എന്തൊക്കെയോ പറയുന്ന കൂട്ടത്തിൽ അയാൾ ഗാന്ധി, നെഹ്റു, ഇന്ദിര എന്നൊക്കെ ഉരുവിട്ടു. ഫരീദയെ ഉമ്മവെച്ചു ഞാനെന്റെ അറബിപരിജ്ഞാനം പ്രകടിപ്പിച്ചു. ഭാര്യയ്ക്കു വിവർത്തനം ചെയ്തുകൊടുത്തു. ഇന്ത്യക്കാരെ ഇഷ്ടമാണെന്നും ഗാന്ധി, നെഹ്റു, ഇന്ദിര എന്നിവരെപ്പറ്റി വളരെ മതിപ്പാണെന്നുമാണ് അയാൾ പറഞ്ഞ തിന്റെ സാരം. സ്കൂളിലും കോളേജിലും അറബി ഒരു ഐച്ഛികവിഷയ മായി ഞാൻ പഠിച്ചിട്ടുണ്ട്. കുറെയൊക്കെ മറന്നിട്ടുണ്ടെങ്കിലും എന്റെ അറബി പരിജ്ഞാനം ഇറാഖിൽ വളരെ ഉപയോഗപ്പെടുമെന്നു ഞാൻ ധരിച്ചിരുന്നു. അല്പം ഗമയും കൂട്ടത്തിലുണ്ടായിരുന്നു. ഈ ഗമ ആദ്യം പ്രകടിപ്പിച്ചത് ഭാര്യയോടുതന്നെ. ഭർത്താവിന്റെ അറബി പരിജ്ഞാന ത്തിൽ ഭാര്യയ്ക്കും അഭിമാനം തോന്നിക്കാണും.

അടുത്ത ദിവസം മെഡിക്കൽ കോളേജിൽ പോവാനും ജോലിയിൽ പ്രവേശിക്കാനുമുള്ള തയ്യാറെടുപ്പിലായിരുന്നു. മുഹമ്മദ് സ്ഥലത്തെത്തി. കൂട്ടത്തിൽ മൂന്നു കുട്ടികളും. ഫരീദയെ വിളിച്ചുകൊണ്ടാണ് അയാള കത്തു കടന്നത്. 'ഹാദാ ഗാന്ധി, ഹാദാ ഇന്ദിര, ഹാദാ നെഹ്റു." കുട്ടി കളെ പരിചയപ്പെടുത്തി. (ഇത് ഗാന്ധി, ഇത് ഇന്ദിര, ഇത് നെഹ്റു) തന്റെ കുട്ടികൾക്ക് ഇന്ത്യൻ നേതാക്കന്മാരുടെ പേർ വിളിച്ചിട്ടുണ്ടെന്നാണ് തലേ ദിവസമയാൾ പറഞ്ഞതെന്ന് അപ്പോഴാണ് മനസ്സിലായത്. എന്റെ അറബി പരിജ്ഞാനത്തിന്റെ പൊള്ളയും പുറത്തായി. ഗമയും അസ്തമിച്ചു. ഹോട്ടലിൽ പലരും അയാളെ അബുഗാന്ധി എന്നു വിളിക്കുന്നതിന്റെ പൊരുളും അപ്പോഴാണ് മനസ്സിലായത്.

ഞാൻ പുറത്തേക്കിറങ്ങി. ടാക്സി നിർത്തി. "കുലിയത്തിബ്ബ്" (മെഡി ക്കൽ കോളേജ്) എന്നു മാത്രം പറഞ്ഞ് അകത്തു കടന്നിരുന്നു. അയാൾക്ക് കാര്യം മനസ്സിലായി. കുശലപ്രശ്നമായി. "ഇന്ത്യയിൽ നിന്നാണോ." "അതേ." പിന്നിലേക്ക് തിരിഞ്ഞ് അയാൾ എന്റെ കൈ കുലുക്കി. "അഹ്‌ലൻ വസഹ്‌ലൻ" (സ്വാഗതവചനം). സിഗരറ്റ് നീട്ടി. ഞാൻ വലിക്കില്ലെന്ന് ആംഗ്യം കാണിച്ചു. ടാക്സിയിലെ റേഡിയോ അറബിഗാനം ആലപിക്കുന്നുണ്ട്. "ഹാദാ ഉമ്മുകുത്സു" ഞാൻ റേഡിയോ വിലേക്ക് ചൂണ്ടി, ചോദിച്ചു. ഇത് ഉമ്മുകുത്സുവിന്റെ ഗാനമാണോ. ഞാൻ

മോശക്കാരനല്ലെന്ന് ഇയാളെയൊന്നു അറിയിക്കണ്ടേ? വീണ്ടും അമളി. അയാൾ പ്രതിവചിച്ചു. ഈ ഗാനം മർതയുടേതാണ് ഇവിടെ എല്ലാ ഓഫീസുകളും എട്ടുമണിക്കാരംഭിക്കുന്നു. രണ്ടുമണിക്ക് അടയ്ക്കുകയും ചെയ്യുന്നു. റോഡിൽ വാഹനങ്ങളുടെ തിരക്ക്. പലതരം കാറുകൾ, ബസ്സുകൾ. കുതിരവണ്ടികൾ. എല്ലാവരും തിരക്കിലാണ്. എന്റെ പുതിയ ജോലി എങ്ങനെയുണ്ടാവും? ഇണങ്ങിച്ചേരാൻ പറ്റുമോ? കോളേജിലെത്തി യാൽ ആദ്യമായി ഡീനിനെ കാണുക. അദ്ദേഹത്തിന് ഒരു മനഃശാസ്ത്ര ജ്ഞന്റെ തൊഴിലിനെപ്പറ്റി പിടിപാടുണ്ടാവാൻ വഴിയില്ല. മനോരോഗ ചികിത്സാവിദഗ്ധരിൽനിന്ന് കേട്ടറിഞ്ഞുകാണും.

സാധാരണ മെഡിക്കൽ കോളേജുകളിൽ ജോലി ചെയ്യുന്ന മനഃ ശാസ്ത്രജ്ഞന്മാർക്ക് നേരിടേണ്ട ചില പ്രശ്നങ്ങളുണ്ട്. തങ്ങളുടെ ജോലിയെ സംബന്ധിച്ച മറ്റു വിഭാഗങ്ങളിലുള്ളവർക്കും ഭരണാധികാരി കൾക്കുമുള്ള അജ്ഞതയിൽ നിന്നുടലെടുക്കുന്ന പ്രശ്നങ്ങൾ. പഴയ തല മുറക്കാർക്ക് മനഃശാസ്ത്രത്തെപ്പറ്റിയത്ര പിടിപാടില്ല. കഴിഞ്ഞ കാൽ നൂറ്റാ ണ്ടിന്നുള്ളിലാണ് മനഃശാസ്ത്രം വൈദ്യവിദ്യാഭ്യാസത്തിൽ സ്വാധീനം ചെലുത്താൻ തുടങ്ങിയത്. ലോകാരോഗ്യസംഘടനയുടെ നിഷ്കർഷയു ണ്ടെങ്കിലും ഇന്നും പല മെഡിക്കൽ കോളേജുകളിലും മനഃശാസ്ത്രം പഠിപ്പിക്കുന്നില്ല. ഇവിടത്തെ മെഡിക്കൽ കോളേജിൽ മനഃശാസ്ത്രത്തിന് എത്രമാത്രം വില കല്പിക്കുന്നുണ്ടാകാം? ഇത്തരം ചിന്തകളിൽ മുഴുകി യിരിക്കുമ്പോഴാണ് ടാക്സി കോളേജ് പടിക്കലെത്തിയത്. ഞാനങ്കണ ത്തിലേക്കു പ്രവേശിച്ചു. തിമിർത്തുല്ലസിക്കുന്ന വിദ്യാർത്ഥികളും വിദ്യാർ ത്ഥിനികളും. സിനിമാനടന്മാരും നടികളും; സുഗന്ധദ്രവ്യങ്ങളുടെ കാറ്റ്. ഞാൻ നേരെ ഡീനിന്റെ ഓഫീസിലേക്ക് ചെന്നു. സെക്രട്ടറിയുടെ കൈയിൽ എന്റെ നിയമനക്കടലാസുകൾ കൊടുത്തു. അവർ എന്റെ നേരെ കൈനീട്ടി. “അഹ്ലൻ വസഹ്ലൻ”. ഇംഗ്ലീഷ് നന്നായി പറയുന്ന സ്ത്രീ. ഡീൻ ഇന്നലെയും അന്വേഷിച്ചു. ഞാനെത്തിയോ എന്ന്, അവരറിയിച്ചു. അപ്പോൾ ഞാൻ തികച്ചും അപരിചിതനാവുകയില്ല. ഡീനിന്നറിയാം ഇങ്ങനെ ഒരുത്തൻ ഇന്ത്യാഭൂഖണ്ഡത്തിൽനിന്നു കുറ്റിയും പറച്ചു പോന്നി ട്ടുണ്ടെന്ന്. അകത്തേക്കു പോയ സെക്രട്ടറി പുറത്തേക്ക് വന്ന് എന്നെ ഡീനിന്റെ മുറിയിലേക്കാനയിച്ചു. ഡോ. ഫക്രീദബ്ബാഗ്. സുസ്മേരനും സുമുഖനുമായ മദ്ധ്യവയസ്കന് ചെറുപ്പക്കാരന്റെ പ്രസരിപ്പുണ്ട്. ചാടി എഴുന്നേറ്റ് എന്റെ കൈപിടിച്ചു കുലുക്കി. യാത്രയെപ്പറ്റി അന്വേഷിച്ചു. കുടുംബത്തെക്കുറിച്ചും. എന്റെ ഔദ്യോഗികപരിചയത്തെപ്പറ്റിയും തിരക്കി. അതിന്നിടയിൽ ഇസ്തിക്കാനിൽ ചായ വന്നു. കോളേജിലെ മനോരോഗ ചികിത്സാവകുപ്പിനെ ഞാനും തിരക്കി. സ്റ്റാഫംഗങ്ങളായി ആരൊക്കെയുണ്ട്. “ഞാൻ മാത്രമേ മനോരോഗചികിത്സാവിദഗ്ദ്ധനായി ട്ടുള്ളൂ. താങ്കളെപ്പോലുള്ള മനഃശാസ്ത്രജ്ഞർ ഇറാഖിൽ കുറവാണ്.” ഡീനിന്റെ മറുപടി. “അപ്പോൾ താങ്കൾ മനോരോഗചികിത്സാവിദഗ്ദ്ധ നാണോ?” എന്റെ ചോദ്യം. അതേ എന്ന ഭാവത്തിലദ്ദേഹം തലയാട്ടി.

എന്റെയദ്ഭുതവും സന്തോഷവും പറഞ്ഞറിയിക്കേണ്ടതില്ലല്ലോ. എല്ലാ പേടികളും പമ്പ കടന്നു.

എന്റെ സാങ്കേതികഭാഷ സംസാരിക്കുന്നൊരാൾ കോളേജിന്റെ തലപ്പത്തിരിക്കുന്നു. എനിക്കു മുമ്പുണ്ടായിരുന്ന ഉത്ക്കണ്ഠ അദ്ദേഹത്തോട് തുറന്നുപറഞ്ഞു. അവിടന്നങ്ങോട്ടുള്ള സംഭാഷണം ഒരു വകുപ്പിലെ രണ്ടു സഹപ്രവർത്തകർ തമ്മിലായി. ഇറാഖിൽ അറിയപ്പെടുന്നൊരു സാഹിത്യകാരൻ കൂടിയാണ്. ഡോ. ഫക്രി. മനോരോഗചികിത്സാസംബന്ധിയായ അറബിയിലെ പല പുസ്തകങ്ങളുടെയും കർത്താവാണദ്ദേഹം. എന്നെപ്പോലെ മനഃശാസ്ത്രരംഗത്ത് പരിചയമുള്ളവരും മെഡിക്കൽ വിദ്യാർത്ഥികളെ പഠിപ്പിച്ചു ശീലവുമുള്ള ഒരാളെ നിയമിക്കണമെന്ന് സർവ്വകലാശാല തീരുമാനിച്ച സന്ദർഭത്തിലാണത്രെ എന്റെ കത്ത് ലഭിച്ചത്. അതാണ് ഉടനെത്തന്നെ നിയമനക്കത്തയച്ചത്. അതിന്റെ പിന്നിൽ പ്രവർത്തിച്ച കരങ്ങൾ ഡോ. ഫക്രിയുടേതായിരുന്നുവെന്ന് പറയേണ്ടതില്ലല്ലോ. ദിവസങ്ങൾ കഴിയുംതോറും ഞങ്ങളുടെ സൗഹൃദം വളർന്നുവന്നു. ഞങ്ങളൊന്നിച്ച് ഗവേഷണപദ്ധതികളാവിഷ്കരിക്കാനും പ്രബന്ധങ്ങൾ പ്രസിദ്ധീകരിക്കാനും തുടങ്ങി.

മനോരോഗവിഭാഗത്തോട് അനുബന്ധിച്ച് മനോരോഗികൾക്കായുള്ള ഒരു സാമൂഹികപുനരധിവാസകേന്ദ്രമുണ്ട്. ആധുനിക ചികിത്സാമുറിയിൽ സംവിധാനം ചെയ്യപ്പെട്ടിട്ടുള്ളതാണ് ഈ കേന്ദ്രം. ഇറാഖികളായ മൂന്ന് സാമൂഹികപ്രവർത്തകരാണ് ഇതിലെ മുഖ്യ ഉദ്യോഗസ്ഥന്മാർ. ഈ കേന്ദ്രത്തിന്റെ ഭരണച്ചുമതല എന്നെ ഏല്പിക്കുകയുണ്ടായി. കോളേജിലേയും ആശുപത്രിയിലേയും പ്രധാന ജോലിക്കു പുറമെ ആയിരുന്നു ഈ ഉത്തരവാദിത്വം. ഭാരതത്തിൽനിന്നെത്തിയ ഒരു വിദഗ്ധനിൽനിന്ന് മാർഗ്ഗനിർദ്ദേശങ്ങൾ പ്രതീക്ഷിച്ച് ഉറ്റുനോക്കുന്ന സാമൂഹ്യപ്രവർത്തകരെ കണ്ടപ്പോൾ ഈ തുറയിൽ എനിക്കെത്രമാത്രം അവരുടെ പ്രതീക്ഷ നിറവേറ്റാൻ പറ്റുമെന്ന ശങ്ക ഇല്ലാതിരുന്നില്ല. പരിപൂർണ്ണ സഹകരണമാണെനിക്ക് അവരിൽ നിന്നെപ്പോഴും ലഭിച്ചത്. ഞങ്ങളുടെ കൂട്ടായ ശ്രമഫലമായി പിന്നീട് പല പരിഷ്കാരങ്ങളും ഈ കേന്ദ്രത്തിൽ വരുത്തുകയുണ്ടായി. ഈ കേന്ദ്രത്തിലെ ഉദ്യോഗസ്ഥന്മാരാണ് മുഖഫക്കും തലാലും. പകൽ ജോലി ചെയ്യുകയും വൈകുന്നേരം സർവ്വകലാശാല നടത്തുന്ന സായാഹ്ന കോളേജിൽ പഠിക്കുകയും ചെയ്യുന്ന മുഖഫക്കിന് നന്നായി ഇംഗ്ലീഷറിയാം. തലാൽ ഒരു കലാകാരനാണ്. ചിത്രം വരയ്ക്കലും പെയിന്റിംഗുമാണ് പ്രധാന തൊഴിൽ. എനിക്കൊരു വീട് കണ്ടുപിടിക്കുക എന്ന ഉത്തരവാദിത്വം മുഖഫക്കും തലാലുമേറ്റെടുത്തു. അന്നു വൈകുന്നേരം അവർ ഞങ്ങളുടെ ഹോട്ടലിൽ എത്തി ഞങ്ങളുടെ ആവശ്യങ്ങൾ ആരാഞ്ഞു.

അടുത്ത ദിവസം. ഞാനാദ്യമായി ടൈഗ്രീസ് നദിയെ കടാക്ഷിച്ച ദിനം. ഡോക്ടർ ഫക്രി എന്നോടൊന്നിച്ച് കോളേജിനോടനുബന്ധിച്ച ജനറൽ ആശുപത്രിയിൽ വന്നു. ടൈഗ്രീസ് കരയിൽ സ്ഥിതി ചെയ്യുന്ന ഒരാധുനിക

കെട്ടിടം. ഏഴ് നില മാളിക. മനോരോഗ വാർഡ് ആറാംനിലയിൽ. സ്ത്രീകൾക്കും പുരുഷന്മാർക്കും അടുത്തടുത്ത വെവ്വേറെ വാർഡ്. ഡോ.ഫക്രി എനിക്കുവേണ്ടി ആറാംനിലയിലൊരു ഓഫീസ് മുറി ഏർപ്പാടു ചെയ്തു. തൊട്ടടുത്ത മുറി ഒരു മനഃശാസ്ത്ര പരീക്ഷണശാലയായി രൂപപ്പെടുത്തിയെടുക്കാനും ഞങ്ങൾ തീരുമാനിച്ചു. സ്ഥലത്തേയും ആൾക്കാരേയും പരിചയപ്പെടുത്തി. അദ്ദേഹം സ്ഥലംവിട്ടു. ഞാൻ മുകളിലിരുന്നു താഴോട്ടു നോക്കി. എന്തൊരു ഭംഗി. നിറഞ്ഞൊഴുകുന്ന ടൈഗ്രീസ്. നദിയുടെ മറുവശത്ത് രണ്ടായിരം വർഷങ്ങൾ പഴക്കമുള്ള നൈനവ സംസ്കാരത്തിന്റെ അവശിഷ്ടങ്ങൾ. പ്രാചീന നൈനവ നഗരം മരുഭൂമിപോലെ പരന്നുകിടക്കുന്ന ദൃശ്യം. ആറാംനിലയിലെ വരാന്തയിൽനിന്നാൽ മൂസുൾ പട്ടണത്തിന്റെ വിഹഗവീക്ഷണമായി. പുകക്കുഴലുകൾ, പള്ളി മിനാരങ്ങൾ. തിങ്ങിവിങ്ങിക്കിടക്കുന്ന കെട്ടിടങ്ങൾ.

സൗഹൃദത്തിന്റെ വിത്തുകൾ

പഴയ മൂസുൾ നഗരത്തിന് കസവണിഞ്ഞൊഴുകുന്ന ടൈഗ്രീസ് നദിയിപ്പോൾ നഗരമദ്ധ്യത്തിലൂടെയാണൊഴുകുന്നതെന്നു പറയാം. മൂസുളിപ്പോൾ ഇറാഖിലെ രണ്ടാമത്തെ പട്ടണമായി മാറിയിട്ടുണ്ട്. രണ്ടായിപ്പിളർന്ന നഗരത്തെ യോജിപ്പിക്കുന്നത് ടൈഗ്രീസിന് മീതെയുള്ള രണ്ടു പാലങ്ങളാണ്. നദിക്കരയിലിങ്ങനെയിരിക്കുമ്പോൾ പാലത്തിന് മുകളിലൂടെ ഒഴുകിപ്പോകുന്ന വാഹനപ്രവാഹം കാണാൻ രസമുണ്ട്. സന്ധ്യയാവുമ്പോഴേക്കും ടൈഗ്രീസിൽ ദീപാവലിയായി. ഇരുകരകളിലും കലാബോധത്തോടെ സംവിധാനം ചെയ്തിട്ടുള്ള വിവിധ വർണ്ണ നിയോൺ വിളക്കുകൾ നദിയിൽ ഹരം പിടിപ്പിക്കുന്ന വർണ്ണഭംഗി സൃഷ്ടിക്കുന്നു. നദിക്കടിയിൽനിന്ന് ഒരായിരം മെഴുകുതിരികൾ കൂമ്പെടുത്തു വരുന്ന പോലെ. മനസ്സിലെ ഓർമ്മകൾ വീണ്ടും തേട്ടിത്തേട്ടി വരുന്നു.

ഹോട്ടൽ ജീവിതത്തിന്റെ രണ്ടാംദിവസം. മാനേജരിൽനിന്ന് മനസ്സിലായി, ഇതേ ഹോട്ടലിൽ മറ്റൊരു ഇന്ത്യാക്കാരനും താമസമുണ്ടെന്ന്. സുരേഷ് ജയിൻ. എഞ്ചിനീയർ. അതികാലത്ത് കാറിൽ പോകുന്നു. വൈകുന്നേരം ഏഴരമണിക്ക് തിരിച്ചെത്തുന്നു. ഇത്രയും വിവരങ്ങളേ അദ്ദേഹത്തിന്നറിയൂ. എനിക്കാഹ്ലാദം തോന്നി. ഇന്ന് അദ്ദേഹത്തെ കണ്ടുപിടിക്കണം. വൈകുന്നേരം ഏഴുമണിക്ക് ഞാനും കുടുംബവും ടെലിവിഷനും കണ്ട് ഹോട്ടലിലെ പൊതുമുറിയിൽ ഇരിപ്പായി. അറബിഗാനങ്ങൾ. മാപ്പിളപ്പാട്ടിന്റെ ചുവയുണ്ട്. മാപ്പിളപ്പാട്ടുകൾക്ക് അറബിഗാനങ്ങളുടെ ചുവയാവാം. നീണ്ടുനിന്ന ഗാനങ്ങൾ. ഗായകന് പിന്നിൽ ഇരുപത് ഇരുപത്തഞ്ചു വയലിനിസ്റ്റുകൾ നിരന്നിരിക്കുന്നു. പ്രേമഗാനങ്ങൾ. ഏതു ഭാഷയായാലും പ്രേമത്തിന്റെ ഭാഷ ഒന്നുതന്നെ. ഒരു ചെറുപ്പക്കാരൻ കയറിവരുന്നു. കൈയിലൊരു ബ്രീഫ് കേയ്സ്. ഭാരതീയന്റെ മുഖം. "ഹലോ! സുരേഷ്!" എന്റെ വിളി അദ്ദേഹത്തെ അദ്ഭുതപ്പെടുത്തി എന്നു തോന്നുന്നു. ഞങ്ങൾ കൈകുലുക്കി അദ്ദേഹത്തിനു സംശയം. "പൂർവപരിചയമുണ്ടോ?" ഓർക്കാൻ പറ്റാത്ത ബോധത്തോടെ സുരേഷ് ചോദിച്ചു.

"പെട്ടെന്ന് എനിക്ക് ഓർമ്മവരുന്നില്ല. നാം എവിടെയോ വെച്ചു കണ്ടിട്ടുണ്ട്."

“എവിടെവെച്ചും കണ്ടിട്ടില്ല. പേരും ഊരും ഹോട്ടൽ രജിസ്റ്ററിൽ നിന്നറിഞ്ഞതാണ്.”

ഞങ്ങളുടെ കൂട്ടച്ചിരി. ചുറ്റുമിരുന്നു ടി.വി. കാണുന്ന അറബികളുടെ പുഞ്ചിരി. അദ്ദേഹം ഇവിടെയെത്തിയിട്ട് മൂന്നാഴ്ചകളായി. കുടുംബം അടുത്ത മാസമേ എത്തൂ. 150 കി.മീ. ദൂരെയാണ് ജോലി. ദിവസേന പോയി വരുന്നു. ഞങ്ങളൊന്നിച്ചു പുറത്തേക്കിറങ്ങി. ഹോട്ടലിലെ അടുക്കളയിൽവെച്ചു ഭക്ഷണം പാകം ചെയ്യാമെന്ന് മുഹമ്മദ് പറഞ്ഞിരുന്നതോർത്തു. രണ്ടു കിലോ അരിയും ഒന്നുരണ്ട് വെപ്പുപാത്രങ്ങളും വാങ്ങി തിരിച്ചെത്തി, ചോറുണ്ടാക്കി. നാട്ടിൽനിന്നു കൊണ്ടുവന്നിട്ടുള്ള അച്ചാറും ചേർത്ത് അത്താഴം കഴിച്ചു. തലേദിവസത്തേക്കാൾ സമാധാനം. സുഹൃത്തുക്കൾ ഉണ്ടായിക്കൊണ്ടിരിക്കുന്നു. ഇന്ത്യക്കാരും ഇറാഖികളും മുവഫക്കും തലാലും വീട് തിരക്കുന്നുണ്ട്. ഉദ്യോഗം തരക്കേടില്ല. രണ്ടു ദിവസത്തിനുള്ളിൽ മനസ്സിന് എന്തൊരു മാറ്റം. സുരേഷ് ജയ്നുമായി അന്നു തുടങ്ങിയ സുഹൃത്ബന്ധം അനുദിനം വളർന്നു വികസിച്ചു. പിന്നീട് ഇരു കുടുംബങ്ങളുടെയും നീക്കങ്ങൾ ഒരുമിച്ചായി. യാത്രയിൽ, സൽക്കാരങ്ങളിൽ, പിക്നിക്കുകളിൽ.

അടുത്ത ദിവസം ഓഫീസിലെത്തിയപ്പോൾ മുവഫക്ക് ചിരിച്ചുകൊണ്ട് വന്നുചോദിച്ചു: ‘

“എപ്പോഴാണ് വീട്ടിലേക്ക് മാറുന്നത്?”

“ഏത് വീട്ടിലേക്ക്?” എന്റെ മറുചോദ്യം.

“ഞാനും തലാലും താങ്കൾക്കൊരു വീട് ഏർപ്പാടു ചെയ്തിട്ടുണ്ട്. നല്ല സ്ഥലം. അൽ ഫാറൂഖ് തെരുവിൽ.”

അന്നുതന്നെ ഞങ്ങൾ വീട്ടിലേക്ക് മാറി. വീട്ടുസാമാനങ്ങളൊന്നുമില്ലാത്ത വീട്. ഇത്തരം വീടുകളാണ് ഇവിടെ ആദായം. സ്വന്തം ചെലവിൽ വീട്ടുസാധനങ്ങൾ വാങ്ങണം. തിരികെപ്പോകുമ്പോൾ ഉപയോഗിച്ച കുറെ സാധനങ്ങൾ കൊണ്ടുപോകാം. അല്ലാത്തതു വിൽക്കുകയും ചെയ്യാം.

കോളേജിൽ ചേർന്ന രണ്ടാംദിവസം രണ്ടുമാസത്തെ ശമ്പളം മുൻകൂറായി ലഭിച്ചു. ആറുമാസത്തെ ശമ്പളത്തിൽനിന്ന് ഈ സംഖ്യ ഗഡുക്കളായി തിരിച്ചെടുക്കും. പാർപ്പിടസൗകര്യങ്ങൾ തയ്യാർ ചെയ്യാൻ വേണ്ടിയാണ് ഇങ്ങനെ പണം തരുന്നത്. ഭാരതത്തിലായിരുന്നെങ്കിൽ ഞാൻ പെൻഷൻ പറ്റുമ്പോൾ മാത്രമേ ഇത്രയും തുക ഒരുമിച്ചു കൈയിൽ വരികയുള്ളൂ. മുവഫക്കും തലാലും സദാസമയവും എന്നെ സഹായിച്ചുകൊണ്ടിരുന്നു. എവിടെയൊക്കെ ആദായത്തിൽ സാധനങ്ങൾ കിട്ടുമെന്ന് തദ്ദേശീയരായ അവർക്കറിയാം. നാലഞ്ചുദിവസംകൊണ്ട് വീട് ആധുനികരീതിയിൽ സജ്ജീകരിച്ചു. പിന്നീട് ഞങ്ങളെ സന്ദർശിച്ചുതുടങ്ങിയ പല ഇന്ത്യൻകുടുംബങ്ങളും അദ്ഭുതപ്പെടുകയുണ്ടായി. പത്തു

വർഷം ഇവിടെ താമസിച്ച് പരിചയം സിദ്ധിച്ചപോലെയാണല്ലോ വീടും ചുറ്റുപാടും സ്ഥാപിച്ചത്. മറ്റാർക്കും ഇത്ര എളുപ്പം ഇതൊന്നും സാധിച്ചിട്ടില്ലത്രെ. ഇതിന്റെ പരിപൂർണ്ണ ഉത്തരവാദിത്വം മുവഫക്കിന്നും തലാലിന്നുമാണ്. അവരെ കണ്ടുപിടിച്ച എനിക്കും. ഇന്ത്യക്കാരിവിടെ വരുമ്പോൾ അഭിമുഖീകരിക്കുന്ന ചില പ്രശ്നങ്ങളുണ്ട്. അനുദിനം വികസിച്ചു വരുന്ന മൂസുളിൽ താമസവീട് കണ്ടുപിടിക്കുക അത്ര എളുപ്പമല്ല. ബോംബെയിലും ദൽഹിയിലുമെല്ലാമുള്ള പ്രശ്നം. നാടും നാട്ടുകാരെയും പരിചയമില്ലാത്ത ഇന്ത്യൻ സുഹൃത്തുക്കൾ മുഖേനയാണ് പലരും വീടന്വേഷിക്കുക. വാർത്താവിനിമയംതന്നെ വിഷമമാണ്. ഇംഗ്ലീഷറിയുന്നവർ ദുർല്ലഭം. വേണ്ടിടത്ത് വേണ്ടത്ര പണം ചെലവഴിക്കാൻ പലരും മടിക്കുന്നു. ധനസമ്പാദനത്തിനാണല്ലോ ഇവിടെ എത്തിയിരിക്കുന്നത്. എന്തു ചെലവഴിക്കുമ്പോഴും അതിനെ മുപ്പതുകൊണ്ട് പെരുക്കി ഉറുപ്പികയിൽ കണ്ടു മടിച്ചു നിൽക്കുന്നവരെ കാണാം. ഇവിടത്തെ ഒരു ദിനാറ് ഏകദേശം മുപ്പതുറുഉപ്പികയാണ്. അപ്പോൾ ഒരു കിലോ ആട്ടിറച്ചിക്ക് ഒരു ദിനാർ കൊടുക്കണമെന്നോർക്കുമ്പോൾ സങ്കടപ്പെടുന്നവരുമുണ്ട്. ആ സങ്കടത്തോടെ വിശന്ന് വലഞ്ഞു തളർന്നുറങ്ങുന്നവരുമുണ്ട്. ഇക്കൂട്ടരോർക്കുന്നില്ല ഇന്ത്യയിലേക്കാൾ എട്ടും പത്തും ഇരട്ടി ശമ്പളമാണവർക്കിവിടെ ലഭിക്കുന്നതെന്ന്.

ഞങ്ങൾ ഹോട്ടലിൽനിന്നു വീട്ടിലേക്കു മാറിയ ദിവസം. സമയം വൈകുന്നേരം നാലുമണി. സാധനങ്ങൾ അടക്കി ഒതുക്കിവെക്കുന്ന തിരക്ക്. കോളിങ് ബെൽ ശബ്ദിച്ചു. ആരാണിപ്പോൾ? വാതിൽ തുറന്നു. ജനറൽ ആശുപത്രിയിലെ ഒരുദ്യോഗസ്ഥനാണ്, മുവ ഫക്ക് പരിചയപ്പെടുത്തിയതോർക്കുന്നു. ഞാൻ പരിചയഭാവം കാണിച്ചു.

"അഹ്ലൻ വസ്ഹലൻ." പറഞ്ഞു.

"ഞാനിരിക്കുന്നില്ല. നിങ്ങൾ വീടൊരുക്കുന്ന തിരക്കിലല്ലേ. അഞ്ചരമണിക്ക് എന്റെ മരുമകൾ വരും. അവളോടൊത്തു നിങ്ങളെല്ലാം വരിക. അടുത്ത വീടാണ് ഞങ്ങളുടേത്. നിങ്ങളുടെ അത്താഴം ഇന്ന് ഞങ്ങളൊരുമിച്ചാണ്."

നിശ്ചിതസമയം ആപ്പിളിന്റെ നിറവും പൂച്ചക്കണ്ണുമുള്ള പതിനേഴുകാരി ലൂമ എത്തി. ഞങ്ങൾ വീട്ടിലെത്തിയപ്പോൾ എല്ലാവരും ഞങ്ങളെ പ്രതീക്ഷിച്ചിരിക്കുന്നു. സന്ധ്യയാകാൻ പോകുന്നു. വീട്ടിനകത്തു തിരക്കും ബഹളവും. അടുക്കളയിൽനിന്നു പാത്രങ്ങളുരസുന്ന ശബ്ദം. ഇതൊരു അത്താഴവിരുന്നു മാത്രമല്ല, 'നോമ്പ് തുറക്കൽ' കൂടിയാണ്.

നമ്മുടെ നാട്ടിലും മുസ്ലീം കുടുംബങ്ങളിൽ ഈ പതിവുണ്ട്. അതിഥികളേയും ഉറ്റവരെയും റംസാൻമാസത്തിൽ നോമ്പ് തുറക്കാൻ ക്ഷണിക്കുക. മുഹമ്മദ് ഹങ്കാവി കുടുംബത്തെ പരിചയപ്പെടുത്തി. ഈ വീട് അദ്ദേഹത്തിന്റെ തറവാടാണ്. വീടിനു നാലുകെട്ടിന്റെ പ്രതീതി. ചുറ്റും

മതിലുകൾ, വിശാലമായ നടുമുറ്റം. മുറ്റത്തുനിന്നും പ്രവേശിക്കാവുന്ന മുറികൾ. ജനലുകൾ കുറഞ്ഞ ഇരുട്ടറകൾ. ഭൂമിക്കടിയിൽ തയ്യാറാക്കി യിട്ടുള്ള വിശാലഗുഹ എന്നു വിളിക്കാവുന്ന മുറി. ഇതു തണുപ്പുകാലത്ത് സ്റ്റോർമുറിയും ഉഷ്ണകാലത്ത് കിടപ്പറയുമായി മാറുന്നു. പഴയ അറബ് വീടുകൾ ഇങ്ങനെയാണ്. മുഹമ്മദ് ഹങ്കാവി ഇപ്പോൾ സ്വന്തം വീടുവെച്ച് ഭാര്യാസമേതം പാർക്കുന്നു. മരിച്ചുപോയ തന്റെ ജ്യേഷ്ഠന്റെ ഭാര്യയും മക്കളുമാണീ വീട്ടിൽ. ഹങ്കാവി കുടുംബത്തെ പരിചയപ്പെട്ടാൽ ഇറാ ക്കിലെ ഒരു ഇടത്തരം കുടുംബത്തെ മനസ്സിലാക്കാം. വാർദ്ധക്യം പിടി കൂടാൻ തെല്ലകലെ മടിച്ചുനിൽക്കുന്ന വിധവയായ വീട്ടിലെ ഭരണാധി കാരി. മൂത്ത രണ്ടു പുത്രന്മാരും ഉദ്യോഗസ്ഥരായി ബാഗ്ദാദിലും ബസ്റ യിലുമാണ്. ആഴ്ചയിൽ ഒരിക്കൽ വീട്ടിൽ വരുന്നു. മൂത്ത പുത്രി ലൈല ഒരു ഫാക്ടറിയിൽ ടൈപ്പിസ്റ്റാണ്. വൈകുന്നേരം സായാഹ്നകോളേജിൽ പഠിക്കുകയും ചെയ്യുന്നു. രണ്ടാമത്തവൾ മി ആദ്-കോളേജുകുമാരി. ലൂമ അദ്ധ്യാപിക പരിശീലനത്തിനു ചേർന്നിരിക്കുന്നു. ഇളയ രണ്ടു പെൺ കുട്ടികൾ സ്കൂളിലും. നമ്മുടെ നാട്ടിലെ ഏറ്റവും പണക്കാരേക്കാളും ഭേദപ്പെട്ടൊരു ജീവിതമാണ് ഈ ഇടത്തരം കുടുംബത്തിന്റേത് കുട്ടി കളുടെ പഠനത്തിന് ചെലവില്ല. ഇറാഖിൽ പ്രാഥമിക വിദ്യാഭ്യാസം മുതൽ ഉന്നത വിദ്യാഭ്യാസംവരെ സൗജന്യമാണ്. സായാഹ്നകോളേജുകളും ഇവയിൽപ്പെടുന്നു. മരിച്ചുപോയ ഭർത്താവിന്റെ പെൻഷൻ ഭാര്യയ്ക്കു ലഭിക്കുന്നുണ്ട്. ആൺമക്കളുടെ സഹായവുമുണ്ട്.

അടുത്ത പള്ളിയിൽനിന്ന് ബാങ്ക് വിളി. ടി.വിയിലൂടെ വെടിശബ്ദം. നോമ്പ് തുറക്കാൻ സമയമായി. വെള്ളം കുടിച്ചു സുപ്രയിട്ടു. അതിനു

മൂസുൾ യൂണിവേഴ്സിറ്റി

ചുറ്റും എല്ലാവരും വട്ടമിരുന്നു. ഭക്ഷണം കഴിക്കുകയായി. മലബാറിലെ പഴയ മുസ്ലീം കുടുംബങ്ങളിൽ കാണുന്ന ആചാരമര്യാദകളൊക്കെ ഇവിടെയും കാണാം. ഖുബ്സ് കബാബ്, ദോൽമ, ഇറച്ചിക്കറി, കോഴി, പഴങ്ങൾ, മധുരപലഹാരങ്ങൾ, ഞങ്ങൾ ഭക്ഷണം കഴിച്ചേ കഴിക്കുന്നുള്ളൂവെന്ന ആക്ഷേപം. സൽക്കാരങ്ങൾ. നിർബന്ധങ്ങൾ. അങ്ങനെ അവർ ഞങ്ങളെ സ്നേഹംകൊണ്ടു വീർപ്പുമുട്ടിച്ചു. ഇറാഖികൾ ഭക്ഷണപ്രിയരാണ്. ആരേയും അതിശയിക്കുന്ന ശക്തിക്കും ആരോഗ്യത്തിനും കാരണമിതായിരിക്കണം.

കോളേജ് വിദ്യാർത്ഥിനിയായ, മിആദിന്ന് ഇംഗ്ലീഷ് കുറേശ്ശെ അറിയാം. അവളായി ഞങ്ങളുടെ പ്രധാന ദ്വിഭാഷി. മക്കളെല്ലാം അമ്മയെ 'അമ്മി' എന്നു വിളിക്കുന്നു. ഞങ്ങളും അവരെ അങ്ങനെ വിളിക്കാൻ തുടങ്ങി.

"എനിക്ക് ഇന്നുവരെ നാല് പെൺകുട്ടികളാണുണ്ടായിരുന്നത്. ഇന്നു മുതൽ അഞ്ച് പെൺകുട്ടികളുണ്ട്. കദീജയെ ഞാനെന്റെ മകളായി കണക്കാക്കുന്നു. നിങ്ങളുടെ അമ്മി ഇവിടെയുള്ള കാലത്തോളം ഒന്നിനും ഒരിക്കലും വിഷമിക്കേണ്ട." ഇത്രയും പറഞ്ഞ് അമ്മി എന്റെ ഭാര്യയെ കെട്ടിപ്പിടിച്ച് ഉമ്മവെച്ചു.

എന്തൊരു സൗഹൃദം. ഇതു വെറും പൊള്ളവാക്കുകളായിരുന്നില്ലെന്ന് പിന്നീട് പലപ്പോഴും ഞങ്ങൾക്ക് മനസ്സിലായി. സദാസമയം ജോലി എടുത്തുകൊണ്ടിരിക്കുന്നൊരു സ്ത്രീയാണ്. "അമ്മ." മക്കൾ ഓഫീസിലേക്കും സ്കൂളിലേക്കും പോയാൽ വീട്ടുജോലികളിൽ മുഴുകുകയായി. വെറുതെ ഇരിക്കുന്നതായി ഞാനൊരിക്കലും അവരെ കണ്ടിട്ടില്ല. അടുക്കളയിൽ, തയ്യൽയന്ത്രത്തിനരികിൽ, മാർക്കറ്റിൽ, തോട്ടത്തിൽ അങ്ങനെ എല്ലായിടത്തും അമ്മി നിറഞ്ഞുനിൽക്കുന്നു. പഠനത്തെപ്പറ്റിയും ഹോബികളെക്കുറിച്ചുമായി മിആദുമായുള്ള സംഭാഷണം. അവൾ കലാകാരിയും സാഹിത്യകാരിയുമാണ്. വരച്ച കുറെ സ്കെച്ചുകളും പടങ്ങളും ഞങ്ങളെ കാണിച്ചു. അച്ചടിക്കാത്ത കവിതാസമാഹാരം കൊണ്ടുവന്നു. ഭാഷ വശമില്ലാത്തതുകൊണ്ട് കവിതയുടെ ആഴത്തിലേക്കിറങ്ങി ആസ്വദിക്കാനൊത്തില്ല. എങ്കിലും വിഷാദമാണ് എല്ലാ കവിതകളിലേയും മുഖ്യഘടകമെന്ന് മനസ്സിലായി. സ്വന്തം കവിത വായിച്ച് അവൾതന്നെ ഇടയ്ക്കിടെ കരയാറുണ്ടത്രെ. ഞങ്ങളന്നു യാത്ര പറഞ്ഞു പിരിയുമ്പോൾ മുഹമ്മദ് ഹങ്കാവി പറഞ്ഞു:

"നാളെ രാത്രി നിങ്ങളുടെ ഭക്ഷണം എന്റെ സ്വന്തം വീട്ടിലാണ്. മിആദുമൊന്നിച്ച് ടാക്സിയിൽ വരണം."

അടുത്ത ദിവസം മിആദുമൊത്ത് ഞങ്ങൾ മുഹമ്മദ് ഹങ്കാവിയുടെ വീട്ടിലെത്തി. എന്തൊരന്തരം. പഴയതും പുതിയതും തമ്മിലുള്ള വ്യത്യാസം. നാലുകെട്ടോ ഇരുട്ടറകളോ ഇല്ല. അത്യാധുനികകെട്ടിടം.

താപനില ക്രമപ്പെടുത്തിയ മുറികൾ, വിശാലമായ തോട്ടം. പച്ചപിടിച്ച പുൽത്തകിട്. ചുറ്റും ഓറഞ്ച്, ചെറുനാരങ്ങ മുതലായ ഫലവൃക്ഷങ്ങൾ. വിസ്തൃതമായ സ്വീകരണമുറി. കണ്ണഞ്ചിക്കുന്ന പരവതാനികളും സോഫ സെറ്റുകളും. തീൻമുറിയിലെ തീൻമേശ തിളങ്ങുന്നു. കത്തിയും മുള്ളുകളുമുപയോഗിച്ച് തീൻമേശയ്ക്കു ചുറ്റുമിരുന്നുകൊണ്ടുള്ള ഭക്ഷണം. യന്ത്രവൽകൃത അടുക്കളയിൽനിന്നെത്തുന്ന ഭക്ഷണസാധനങ്ങൾ.

മുഹമ്മദ് ഹങ്കാവിയുടെ ഭാര്യ മൂസുൾ നഴ്സിങ് സ്കൂളിലെ ഒരദ്ധ്യാപികയാണ്. കൂട്ടുകുടുംബവും തറവാടും കാരണവരുമെല്ലാം ഇവിടെയും മാഞ്ഞുകൊണ്ടിരിക്കുന്നു. ഏക കുടുംബം പെരുകിവരുന്നു. ഹങ്കാവി കുടുംബവുമായി കാലം ചെല്ലുംതോറും ഞങ്ങൾ കൂടുതലടുത്തു. ഏതു പ്രതിസന്ധിയിലും അവർ ഞങ്ങൾക്കൊരു താങ്ങായി മാറി.

മൂസുളിലെ ഞങ്ങളുടെ സുഹൃത്വലയം വികസിക്കാൻ തുടങ്ങി. ഭാരതീയരായ പല കുടുംബങ്ങളെയും പരിചയപ്പെട്ടു. പാകിസ്താനികളും ബംഗ്ലാദേശുകാരും സുഹൃത്തുക്കളായി മാറി. ഒരു വർഷം കഴിഞ്ഞ ശേഷമാണ് മൂസുളിൽവെച്ച് മറ്റൊരു മലയാളിയെ കണ്ടത്. ലോകത്ത് എവിടെയും എത്തിപ്പെടുന്ന മലയാളികളെന്തുകൊണ്ട് ഇവിടെ എത്തിയില്ല. ഞാനൊരു ചെറിയ ഗവേഷണംതന്നെ നടത്തി. രാജസ്ഥാനിൽനിന്നും ബീഹാറിൽനിന്നുമുള്ള ഒന്നുരണ്ട് സർവ്വകലാശാലാദ്ധ്യാപകന്മാരാണ് പന്ത്രണ്ട് കൊല്ലങ്ങൾക്കുമുമ്പ് മൂസുളിലെത്തിയത്.

സർവ്വകലാശാല വികസിച്ചു. രാജസ്ഥാനിൽനിന്നും ബീഹാറിൽനിന്നുമുള്ള അദ്ധ്യാപകരുടെ എണ്ണവും കൂടിക്കൂടി വന്നു. ഭാരതസർക്കാർ ഇറാഖി ഗവണ്മെന്റുമായി കരാറിലേർപ്പെട്ടപ്പോൾ വിദഗ്ധരുടെ പ്രവാഹം നമ്മുടെ വിദേശകാര്യവകുപ്പ് മുഖേനയായി. അപ്പോൾ രാജസ്ഥാനിൽനിന്നും ബീഹാറിൽനിന്നും മാത്രമല്ല, ഉത്തരേന്ത്യൻ സംസ്ഥാനങ്ങളിൽനിന്നെല്ലാം ഡോക്ടർമാരും എഞ്ചിനീയർമാരുമെത്തി. മലയാളികളെപ്പറ്റി വിദേശമന്ത്രി കാര്യാലയത്തിലിരിക്കുന്നവർ അറിഞ്ഞില്ലെന്നു തോന്നുന്നു. ഈ അടുത്ത കാലത്ത് മാത്രമാണ് ബാഗ്ദാദിലും മറ്റും ചില മലയാളി വിദഗ്ദ്ധരെത്തിയത്. മലയാളികൾ വിദേശങ്ങളിൽ പലേടത്തും എത്തിപ്പെട്ടിട്ടുണ്ടെങ്കിൽ ഏറിയകൂറും അവരുടെ സ്വപരിശ്രമംകൊണ്ടു മാത്രമാണെന്നു കാണാം. മറ്റു ചല ഗൾഫുനാടുകളിലേക്കെന്നപോലെയുള്ള നുഴഞ്ഞുകയറ്റം ഇവിടെ അസാദ്ധ്യമാണ്. ഇറാഖ് ഒരു റിപ്പബ്ലിക് ആയ കാലത്തുതന്നെ നാട്ടിലുടനീളം ശുദ്ധീകരണം നടത്തി. പാസ്പോർട്ടും യാത്രാരേഖകളുമില്ലാത്തവരൊക്കെ അതിർത്തിവിട്ടു. ബസ്റ തുറമുഖത്തും അതിർത്തികളിലും കണിശമായ സുരക്ഷിതമാർഗ്ഗങ്ങളവലംബിച്ചു. ഇവിടത്തെ പ്രധാന വ്യവസായങ്ങളും ഇറക്കുമതികളുമെല്ലാം ഗവണ്മെന്റ് നേരിട്ടാണ് നടത്തുന്നത്. വിദേശവ്യാപാരികളില്ല. അതുകൊണ്ട് കച്ചവടം ജീവിതമാർഗ്ഗമായി സ്വീകരിച്ചെത്തുന്ന വിദേശികളാരുമില്ല. അയൽരാജ്യങ്ങളിലെപ്പോലെ എൻ.ഒ.സി. അയച്ച് ഉറ്റവരെയോ

കൂട്ടുകാരെയോ വരുത്തുന്ന ഏർപ്പാടുമില്ല. മലയാളികളുടെ അഭാവത്തിനു മറ്റൊരു കാരണമിതാണ്. കുവൈത്തിലെയോ ദുബായിലെയോപോലെ മലയാള പത്രങ്ങളൊന്നും കിട്ടുകയില്ല. വായനക്കാരില്ലല്ലോ.

ഫരീദയെ സ്കൂളിൽ ചേർക്കലായിരുന്നു അടുത്ത പ്രശ്നം. വീട്ടിന്നടുത്തുള്ളൊരു അറബി സ്കൂളിൽ ചേർക്കാൻ തീരുമാനിച്ചു. ഇംഗ്ലീഷ് മാധ്യമ സ്കൂൾ മൂസുളിലില്ലായിരുന്നു. അറബ് പ്രൈമറി, മിഡിൽ, സെക്കണ്ടറി എന്നീ മൂന്നു ഘട്ടങ്ങളിലായാണ് സ്കൂൾ വിദ്യാഭ്യാസം. ആൺകുട്ടികൾക്കും പെൺകുട്ടികൾക്കും വെവ്വേറെ സ്കൂളുകളുണ്ട്. കലാലയവിദ്യാഭ്യാസം ഒരുമിച്ചാണ്. ഞാനും മുവഫക്കും ഹെഡ്മിസ്ട്രസ്സിനെ കണ്ടു. നഗരത്തിലുള്ള വിദ്യാഭ്യാസ ഡയറക്ടറുടെ ഓഫീസിൽനിന്നൊരു ശിപാർശയുമായി വന്നാൽ കുട്ടിക്കു പ്രവേശനം ലഭിക്കുമെന്നറിഞ്ഞു. ഇതൊരു ചടങ്ങു മാത്രമാണെന്നും അവർ കൂട്ടിച്ചേർത്തു.

അന്നു സമയം വൈകിയിരുന്നതുകൊണ്ട് അടുത്ത ദിവസം കോളേജിൽ പോകുന്നവഴി ഞാൻ വിദ്യാഭ്യാസ ഡയറക്ടറുടെ ഓഫീസിൽ പോയി. ഇംഗ്ലീഷ് വശമുള്ളവർ ചെറുകിടക്കാരിലാരുമില്ല. ഞാനൊരു ഓഫീസറുടെ സഹായത്താൽ ശരിക്കുള്ള വിഭാഗം കണ്ടുപിടിച്ചു. അവിടെയുള്ള ഓഫീസർക്ക് അല്പസ്വല്പം ഇംഗ്ലീഷറിയുന്നപോലെ തോന്നി. ഏകദേശം എന്റെ അറബിപരിജ്ഞാനംപോലെ. ഞാൻ ചെന്ന കാര്യം അറബിയും ഇംഗ്ലീഷും കലർത്തി അവതരിപ്പിച്ചു. അദ്ദേഹം തലയാട്ടിക്കൊണ്ടിരുന്നു. ഇസ്തിക്കാനിൽ ചായ വന്നു.

"പാസ്പോർട്ട് കൊണ്ടുവന്നിട്ടുണ്ടോ?"

"ഇല്ല."

"കുട്ടിക്ക് വയസ്സെത്രയായി?"

"ഏഴ്."

"പാസ്പോർട്ടോ താങ്കളുടെ ഉദ്യോഗസ്ഥലത്തുനിന്നുള്ള കത്തോ ഇല്ലാതെ ഞങ്ങൾക്കൊന്നും ചെയ്യാൻ വയ്യ. ഇക്കാര്യം അത്യാവശ്യമായതുകൊണ്ട് കത്തു തരാം. തിരക്കു കഴിഞ്ഞാൽ പാസ്പോർട്ട് കൊണ്ടുവന്നു കാണിക്കണം."

ഇത്രയുമദ്ദേഹം പറഞ്ഞതെനിക്കേകദേശം മനസ്സിലായി. നല്ല മനുഷ്യൻ. ദയാശീലൻ. കത്തും വാങ്ങി ഞാൻ മെഡിക്കൽ കോളേജിലെത്തി. മുവഫക്കിനെ കണ്ട ഉടനെ കാര്യം പറഞ്ഞു. അയാൾ എന്നെ അഭിനന്ദിച്ചു. പരസഹായം കൂടാതെ വിദ്യാഭ്യാസ ഓഫീസിൽ പോയി കാര്യം നേടിയല്ലോ. അറബിയിൽ ടൈപ്പ് ചെയ്ത കത്തു കാണിച്ചു. മുവഫക്കത് വായിച്ചു പൊട്ടിച്ചിരിക്കാൻ തുടങ്ങി. ഞാനന്തംവിട്ടു. കാര്യമെന്താണ്? അയാൾ വിവർത്തനം ചെയ്തു. "സിദ്ധീഖിയ മദ്രസ്സയിലെ ഒരു വിദ്യാർത്ഥിനിയായ ഫരീദയ്ക്ക് മാനസികരോഗമായതുകൊണ്ട് മനോരോഗ ചികിത്സാവിഭാഗത്തിൽ പ്രവേശനം നൽകണമെന്ന് ഈ ഓഫീസ്

ശുപാർശ ചെയ്യുന്നു." ഇതാണ് കത്ത്. എന്റെ അറബിജ്ഞാനവും ഓഫീസറുടെ ഇംഗ്ലീഷ്ജ്ഞാനവും കൂടിച്ചേർന്നതിന്റെ പരിണതഫലം. മുവഫക്കൊരുമിച്ച് ഞാൻ വീണ്ടും പ്രശസ്തമായ ഓഫീസിലെത്തി. എന്നെക്കണ്ട ഉടനെ ഓഫീസർ പറഞ്ഞു:

"ഇത്രവേഗം പാസ്പോർട്ട് കൊണ്ടുവരേണ്ടതില്ലായിരുന്നു. സാവകാശത്തിലായാൽ മതിയെന്ന് പറഞ്ഞല്ലോ."

മുവഫക്ക് സംഗതികൾ വിവരിച്ചു. അദ്ദേഹം ചൂളിപ്പോയി; ആറു തവണ ക്ഷമായാചനം നടത്തി. മനോരോഗചികിത്സാവിഭാഗമെന്നും സിദ്ധിഖിയാ മദ്രസ്സ എന്നും മറ്റും ഞാൻ പറഞ്ഞതായി അദ്ദേഹമോർമ്മിച്ചു. കുട്ടിക്ക് പ്രവേശനം വേണമെന്ന കാര്യവും ധരിച്ചു. എന്റെ ഭാഷ മനസ്സിലാക്കി എടുക്കാൻ പണിപ്പെട്ടുവത്രെ. കാര്യം ഗൗരവമാണെന്നദ്ദേഹം ധരിച്ചതുകൊണ്ടാണ് കോളേജിൽനിന്നുള്ള കത്തോ പാസ്പോർട്ടോ ഇല്ലാതെ ശുപാർശക്കത്ത് നൽകിയത്. ഉടനെത്തന്നെ വേണ്ട വിധം സ്കൂളിലേക്കു കത്തുതന്നു. അടുത്ത ദിവസം കുട്ടിയെ ചേർത്തുകയും ചെയ്തു. ഒരു വർഷം അവളവിടെ പഠിച്ചു. അപ്പോഴേക്കും സർവ്വകലാശാല വിദേശികളുടെ മക്കൾക്കായി ഇംഗ്ലീഷ് മാധ്യമത്തിൽ ഒരു പ്രൈമറി സ്കൂൾ ആരംഭിക്കുകയുണ്ടായി. കേരളത്തിൽ പഠിച്ചുകൊണ്ടിരുന്ന മക്കളിൽ ഒരാളെക്കൂടി പിന്നീട് ഇറാഖിലേക്കു കൊണ്ടുവന്ന് ഈ സ്കൂളിൽ ചേർത്തി.

ഒരു കാറപകടത്തിന്റെ ഓർമ്മകൾ

ടൈഗ്രീസ് കരയിലെ വർണ്ണപ്പകിട്ടുള്ള വഴിവിളക്കുകളുടെ രത്നപ്പതക്കവുമണിഞ്ഞ്, ഉടുത്തൊരുങ്ങി, കുളിർക്കാറ്റ് വീശി, മൂളിപ്പാട്ടും പാടി അതിഥികളെ ആനന്ദത്തിലാറാടിച്ചിരുന്ന സുന്ദരി. ടൈഗ്രീസിനെന്തുപറ്റി? സൗന്ദര്യപ്പിണക്കമാണോ? മുഖം വീർപ്പിച്ചുകിടക്കുന്ന ടൈഗ്രീസ് കാലത്ത് പന്ത്രണ്ടുമണിക്കു മാത്രം ഉറക്കമുണരുന്നു. അതുവരെ മഞ്ഞുമൂടിപ്പുതച്ചുറങ്ങുന്നു. വിജനമായ ടൈഗ്രീസ്കര. ആറാം നിലയിലെ ഓഫീസ് മുറിയിലിരുന്ന് ടൈഗ്രീസ് ഉറക്കമുണരുന്നതു കാണാൻ എന്തൊരു കൗതുകമാണ്. വൈകി എത്തുന്ന സൂര്യകിരണങ്ങൾ ടൈഗ്രീസിന്നുമീതെ പതിയുമ്പോൾ, മഞ്ഞപ്പുതപ്പ് അല്പാല്പമായി അനാവരണം ചെയ്യപ്പെടുന്നു. ടൈഗ്രീസ് തിരിഞ്ഞും മറിഞ്ഞും കിടന്നശേഷം തട്ടിപ്പിടഞ്ഞെഴുന്നേൽക്കുന്നു. ഹിമാവരണം ജലപ്പരപ്പിലൂടെ പുകച്ചുരുളുകളായി മാറുന്നു. ചിലപ്പോൾ മഴയും ഹിമവർഷവും. വെള്ളം കൂടിക്കൂടി വരികയും നിറംമാറ്റം സംഭവിക്കുകയും ചെയ്യുന്നു. ഇറാഖിലെ ശൈത്യകാലം.

ടൈഗ്രീസ് പാലങ്ങൾക്കടിയിലൂടെ വെള്ളം വീണ്ടും ധാരാളമായൊഴുകി. ഞങ്ങൾ മൂസുളിനോടിണങ്ങിച്ചെന്നു. ഇതിനകം കുവൈത്ത് സന്ദർശിച്ചു. മി. സുരേഷ് ജയ്നും കൂട്ടിനുണ്ടായിരുന്നു. ഓരോ കാറുകൾ വാങ്ങി തിരിച്ചുപോന്നു. ബോധമനസ്സിന്റെ കടിഞ്ഞാണഴിയുന്നുണ്ടോ? വേദന കലർന്ന ഓർമ്മകൾ പുറത്തുചാടാൻ വെമ്പുന്നു.

ജനുവരി മാസത്തിലെ തണുപ്പുള്ളൊരു സായാഹ്നം. കേളേജിൽ ഒരു മീറ്റിംഗിൽ സംബന്ധിച്ചശേഷം ഞാൻ തിരിച്ചുവരികയാണ്. അല്പാല്പം മൂടൽമഞ്ഞുണ്ട്. മഴ ചാറുന്നു. വൈപ്പറിട്ടാണ് കാറോടിക്കുന്നത്. നഗരാതിർത്തിക്കുള്ളിൽ 40 കി. മീറ്ററിൽ കൂടുതൽ വേഗത്തിലോടിക്കാൻ പാടില്ലെന്നാണ് വ്യവസ്ഥ. എത്രയും എളുപ്പത്തിൽ വീട്ടിലെത്തണമെന്ന തിരക്കിലാണ് എന്റെ ഓട്ടം. അന്നു രാത്രി ചീട്ടുകളിക്കാൻ പരിപാടിയുണ്ട്. ഒരു സുഹൃത്തിന്റെ വീട്ടിൽ. കാറുമായി പുറത്തുപോയി സമയത്തിന് തിരിച്ചെത്താതിരുന്നാൽ ഭാര്യ ജനാലഴികളിലൂടെ നോമ്പും നോറ്റിരിപ്പാവും. എന്തുപറ്റി? കാറ് എവിടെയെങ്കിലും ഇടിച്ചോ? ആർക്കാണപകടം

പിണഞ്ഞത്? കൂട്ടത്തിൽ പ്രാർത്ഥനയും, ഒന്നും സംഭവിക്കരുതേ. ഇത്തരം ചിന്തകൾ പൊതുവേ ഭാര്യമാർക്കെല്ലാമുള്ളതാണ്. അവസാനം തിരിച്ചെത്തിയാൽ ഒരു നെടുവീർപ്പോടെ പറയും: "ഞാൻ പേടിച്ചിരിക്കയായിരുന്നു. എന്തെങ്കിലും സംഭവിച്ചോ എന്ന്." എന്തിന് പേടിക്കുന്നു? ഞാൻ ചെറിയ കുട്ടിയൊന്നുമല്ലല്ലോ? ഈ സംഭാഷണം ഇന്ത്യയിൽ വെച്ചേ പതിവുള്ളതാണ്. ഇന്നും അതാവർത്തിക്കും. കാരണം, ഞാൻ വൈകിയാണ് വരുന്നത്. ഇത്തരം ചിന്തകളെന്റെ മനസ്സിലൂടെ കാറിനേക്കാൾ വേഗത്തിലോടിക്കൊണ്ടിരിക്കുകയാണ്. "ഡീം" കാറിന്റെ പിന്നിൽ വലതുവശത്തുനിന്നൊരു ശബ്ദം. വീൽകപ്പ് തെറിച്ചുവീണോ? അതോ, വലതുഭാഗത്ത് വരിവരിയായി പാർക്ക് ചെയ്തിരിക്കുന്ന കാറിന്മേലേതിലെങ്കിലും ഉരസിയോ. കാർ നിർത്തി. ഏഴെട്ടു വയസ്സായൊരു കുട്ടി റോഡിൽ വീണുകിടക്കുന്നു. ദീനരോദനവും. കുട്ടിയെ എഴുന്നേല്പിച്ചു. നാലഞ്ചുപേർ ഓടിക്കൂടി. ഒരുത്തനെന്നെ കണ്ണുരുട്ടി നോക്കി.

അടുത്തുനിൽക്കുന്നൊരു പയ്യൻ പരിചയഭാവത്തിൽ ചിരിച്ചു. ഞാനവനോട് ചോദിച്ചു.

"ഈ കുട്ടിയെ അറിയുമോ?"

"അറിയാം."

"എന്റെ അയൽവാസി." അവൻ പറഞ്ഞു.

"എങ്കിൽ വരൂ."

അവൻ കൂടെ വരാൻ തയ്യാറുണ്ട്. കാർ തിരിച്ചു. കുട്ടിയേയുംകൊണ്ട് ഞങ്ങൾ ആശുപത്രിയിലേക്ക് തിരിച്ചു. എന്റെ മനസ്സിൽ കാറും കോളും. ഇവിടെ റോഡപകടങ്ങൾക്ക് കടുത്ത ശിക്ഷയാണെന്നറിയാം. കുട്ടിക്കെത്ര മാത്രം പരിക്കുപറ്റിക്കാണും? കുട്ടി എന്തിനിങ്ങനെ കരയുന്നു? ശ്രദ്ധയാകർഷിക്കാനാണോ? അപ്പോഴേക്കൊരു മനഃശാസ്ത്രം. കുട്ടികൾ ശ്രദ്ധയാകർഷിക്കാൻ കരയുമെന്ന മനഃശാസ്ത്രം. വളരെക്കാലമായി കാറോടിച്ച് ശീലമുള്ള എനിക്ക് ഇങ്ങനെ ഒന്ന് സംഭവിക്കുന്നതാദ്യമായാണ്. ഈ വിദേശമണ്ണിൽവെച്ച് വേണ്ടിയിരുന്നില്ല ഇത്. കുറച്ചുകാലത്തേക്ക് ഈ കാറോട്ടം വേണ്ടെന്നുവെച്ചാലോ? ചീട്ടുകളിയുടെ ആവേശം വന്നാൽ എല്ലാം മറവിയായി, തിരക്കായി, എന്ന ഭാര്യയുടെ ആക്ഷേപം ശരിയാണെന്നു തോന്നുന്നു. ആരുടെയായിരുന്നു തെറ്റ്?

പാർക്ക് ചെയ്തിരുന്ന കാറുകൾക്കിടയിലൂടെ ഓടിവന്ന കുട്ടി റോഡ് മുറിച്ചുകടക്കാൻ ശ്രമിച്ചതാണ്. കാറിന്റെ പിറകിൽവെച്ചല്ലേ ഇടിച്ചത്? അപ്പോൾ കുട്ടിയുടെ തെറ്റുതന്നെ. ഞാൻ നിശ്ചിതവേഗതയിൽ കൂടുതലായി കാറോടിച്ചിരുന്നുവെന്നോ ശ്രദ്ധയല്പം വഴിതെറ്റിപ്പോയിരുന്നുവെന്നോ അപ്പോൾ ചിന്തിക്കാൻ കൂട്ടാക്കിയില്ല. കുട്ടിയുടെ രോദനം തുടരുന്നു. അടുത്തിരിക്കുന്ന പയ്യൻ-ശരീഫ്- സമാധാനിപ്പിക്കുന്നുണ്ട്. ശരീഫിന് എന്നെ അറിയാം. ഞാൻ താമസിക്കുന്ന വീടും. "കുട്ടികൾക്ക്

യാതൊരു ശ്രദ്ധയുമില്ല. ഏതു തിരക്കിലും റോഡ് മുറിച്ചോടുന്നു. ചിലപ്പോഴവർ റോട്ടിൽവെച്ച് ഫുട്ബോൾകളികൂടി നടത്തും."

ശരീഫിന്റെ അഭിപ്രായം കേട്ടപ്പോൾ എനിക്ക് സമാധാനം. ഞാനല്ല കുറ്റക്കാരനെന്ന് അവൻ മനസ്സിലാക്കിയിട്ടുണ്ട്. ഞങ്ങൾ ആസ്പത്രിയിലെത്തി. പരിചയമുള്ള രണ്ട് ഡോക്ടർമാർ വന്നു.

"എന്തുപറ്റി?" ഞാനെല്ലാം വിശദീകരിച്ചു.

"പേടിക്കേണ്ട."

അവരുടെ ആശ്വാസവചനങ്ങൾ. കുട്ടിയെ പരിശോധിച്ചു. എക്സ്റേ മുറിയിലേക്കയച്ചു. വിവരം കേട്ടറിഞ്ഞ കുട്ടിയുടെ മൂത്ത സഹോദരൻ സ്ഥലത്തെത്തി. വളരെ വണക്കത്തോടെയാണവൻ എന്നെ സമീപിച്ചത്. എനിക്കദ്ഭുതം തോന്നി. എന്റെ അദ്ഭുതം മണത്തറിഞ്ഞിട്ടോ എന്തോ അവൻ പറഞ്ഞു:

"ഞാൻ മെഡിക്കൽ കോളേജിൽ രണ്ടാംവർഷ വിദ്യാർത്ഥിയാണ്. എന്റെ സഹോദരന്റെ തെറ്റാണ് അപകടത്തിനു കാരണമെന്ന് കണ്ടുനിന്നവർ പറഞ്ഞു. താങ്കൾ വിഷമിക്കരുത്. സാരമില്ല. വീട്ടിലേക്കു പൊയ്ക്കോളൂ. വീട്ടുകാർ കാത്തിരിക്കുമല്ലോ."

അപ്പോഴാണ് വീടിനെപ്പറ്റി ആലോചിച്ചത്. എന്റെ സുഹൃത്ത് ഡോ. സിങ്ങിന് ഫോൺ ചെയ്തു.

"ഒരു ചെറിയ അപകടം പറ്റിയിട്ടുണ്ട്. ഭാര്യയെ അറിയിക്കുക. ഞാനുടനെ എത്തുന്നതാണ്."

അപ്പോൾ സമയം ഒമ്പതുമണി. എക്സ്റേ വന്നു. കണംകാലിന്റെ എല്ല് ഒടിഞ്ഞിരിക്കുന്നു. കുട്ടി കരഞ്ഞിരുന്നത് വേദനകൊണ്ടുതന്നെ. സഹോദരന്റെ മുഖം മ്ലാനമായി. പെട്ടെന്ന് രണ്ടു പൊലീസുകാർ എത്തി. ഒരു പൊലീസ് ഓഫീസർ സ്ഥലത്തെത്തി. കുട്ടിയുടെ അച്ഛനും കൂട്ടത്തിലുണ്ട്. പൊലീസ് ഓഫീസർ എന്റെ നേരെ കണ്ണടിച്ചുകൊണ്ട് പറഞ്ഞു:

"പേടിക്കണ്ട. താങ്കളുടെ തെറ്റല്ല."

വന്നവരെല്ലാം എന്റെ കൈപിടിച്ച് കുലുക്കി. കുട്ടിയുടെ അച്ഛൻ മാത്രം കൈനീട്ടിയില്ല. ഞാനയാളുടെ നേരെ കൈനീട്ടി. ഫലമുണ്ടായില്ല. അയാൾ കോപാകുലനായിരുന്നു. സ്ഥലത്തുണ്ടായിരുന്ന മകൻ അച്ഛനോട് അറബിയിൽ എന്തൊക്കെയോ പറയുന്നുണ്ട്. ഉസ്താദി (അദ്ധ്യാപകൻ)ന്റെ തെറ്റല്ല. നമുക്ക് ആക്ഷേപമൊന്നുമില്ലെന്നെഴുതി പൊലീസിനു കൊടുക്കാം. സംഭാഷണത്തിന്റെ സാരാംശമിതാണെന്നെനിക്കു മനസ്സിലായി.

"അച്ഛൻ ഇളകുന്നില്ല. സ്ഥലത്തെ ഡോക്ടർമാരുടെ അപേക്ഷ. പൊലീസുകാരുടെ സമ്മതം. എന്നിട്ടും വയസ്സൻ സമ്മതിക്കുന്നില്ല."

മകൻ എന്റെയടുത്ത് വന്ന് വളരെ വിവശനായി പറഞ്ഞു:

“സാർ ക്ഷമിക്കണം. അല്ലെങ്കിലും എന്റെ പിതാവ് ഒരു കിറുക്കനാണ്. വാശിക്കാരനും.”

എന്റെ ക്ഷമയറ്റുതുടങ്ങി. ഞാൻ പൊലീസ് ഓഫീസറോട് പറഞ്ഞു:

“നിങ്ങളാരും വിഷമിക്കണ്ട. ഏതുപ്രകാരമാണ് നിയമം ശാസിക്കുന്നതെങ്കിൽ അതുപോലെ നടക്കട്ടെ. എന്റെ കുറ്റമല്ല. എന്റെ കൈയിൽ അന്താരാഷ്ട്ര ഡ്രൈവിംഗ് ലൈസൻസുമുണ്ട്.”

അപ്പോൾ വയസ്സന്നറിയണം ഞാനെന്താണ് പറഞ്ഞതെന്ന്. ഓഫീസർ ദ്വിഭാഷിയായി. വയസ്സന്നൊരു മാനസാന്തരം വന്നപോലെ. വീണ്ടും മകന്റെയഭ്യർത്ഥന. വൃദ്ധൻ എന്റെ നേരെ കൈനീട്ടി; ഒരു ക്ഷമാപണത്തോടെ. ഞങ്ങൾ സുഹൃത്തുക്കളായി. അയാൾ പൊലീസിന് എഴുതി ഒപ്പിട്ടുകൊടുത്തു. ഈ അപകടത്തെച്ചൊല്ലി ആക്ഷേപമൊന്നുമില്ല. ഇത്രയുമായപ്പോഴേക്ക് ഡോ. സിങ്ങുമൊത്ത് എന്റെ കുടുംബം ആസ്പത്രിയിലെത്തിക്കഴിഞ്ഞിരുന്നു. ഫരീദയുടെ സംശയം.

“ഉപ്പയെ പൊലീസ് കൊണ്ടുപോകുമോ?”

കുട്ടിയുടെ കാലിൽ പ്ലാസ്റ്ററിട്ടു. വീണ്ടും എക്സ്-റേ. അതേ എല്ലാം ഭംഗിയായിരിക്കുന്നു. കുട്ടിയുടെ അച്ഛനോടും മക്കളോടും യാത്ര പറഞ്ഞു തിരിക്കാൻ ശ്രമിക്കുമ്പോൾ പൊലീസുദ്യോഗസ്ഥൻ വീണ്ടും പ്രത്യക്ഷപ്പെട്ടു.

“താങ്കൾ പൊലീസ് സ്റ്റേഷൻവരെ വരണം. കാര്യമായിട്ടൊന്നുമില്ല. ചില ചടങ്ങുകളും പതിവുകളും നിർവ്വഹിക്കേണ്ടതുണ്ട്.”

പൊലീസ്കാറിനു പിറകിലായി ഞങ്ങളുടെ കാറും നീങ്ങി. സമയം രാത്രി 12 മണി. മഴ കിനിഞ്ഞു ചാറുന്നു. തണുപ്പും. തിരക്കുപിടിച്ച റോഡുകളും കവലകളും ശാന്തമായുറങ്ങുന്നു. സ്റ്റേഷനിലെത്തി. കുട്ടിയുടെ അച്ഛനും അവിടെ എത്തിയിട്ടുണ്ട്. ഞങ്ങൾ ഏതൊക്കെയോ കടലാസ്സുകളിൽ ഒപ്പിട്ടു. ഒന്നുകൂടി കൈകുലുക്കി. അച്ഛനും മക്കളും സ്ഥലംവിട്ടപ്പോൾ പൊലീസ്സുദ്യോഗസ്ഥൻ പറഞ്ഞു:

“ഈ വയസ്സനൊരു കിറുകിറുക്കനാണ്. ഒരുപക്ഷേ, നാലു ദിവസം കഴിഞ്ഞ് അയാൾ കോടതിയിലേക്കെഴുതിയേക്കും. അതുകൊണ്ട് രേഖകളെല്ലാം മുറപ്രകാരം വ്യക്തമായിരിക്കണം.”

അപകടസ്ഥലം സന്ദർശിക്കണം. റോട്ടിൽ കാറിന്റെ സ്ഥാനം അളന്നു പ്ലാൻ വരയ്ക്കണം. എന്റെ ക്ഷീണം കണ്ടതുകൊണ്ടാവാം അപകടസ്ഥലം സന്ദർശിക്കേണ്ടതില്ലെന്നു തീരുമാനിച്ചു. എന്നോടു ചോദിച്ചറിഞ്ഞ് കടലാസ്സിൽ വരയും കുറിപ്പും കഴിച്ചു.

“ഇനി നമുക്ക് പ്രധാന പൊലീസ് സ്റ്റേഷനിലേക്ക് പോകാം. അവിടെ അഞ്ചു മിനിട്ടു സമയം പിടിക്കും.”

ഇത്രയും പറഞ്ഞു പൊലീസുകാരൻ തന്റെ തൊപ്പി എടുത്ത് ധരിച്ചു. നേരം ഒരുമണി കഴിഞ്ഞിരുന്നു. ഫരീദ ഉറക്കംതൂങ്ങിക്കൊണ്ടിരിക്കുന്നു. കുടുംബത്തെ വീട്ടിൽ വിടാൻ ഡോ. സിങ്ങിനെ ഏല്പിച്ചു. ഞാൻ പൊലീസ്സുദ്യോഗസ്ഥനെ അനുഗമിച്ചു. അപ്പോഴും ഞങ്ങളോടൊന്നിച്ചുണ്ടായിരുന്ന ശരീഫും എന്റെ കാറിൽ കയറി. ഞാനേതായാലും ഈ കൃത്യങ്ങൾ കഴിച്ചെത്താം. സ്റ്റേഷനിലെത്തിയപ്പോൾ കടലാസ്സുകളൊക്കെ ഡ്യൂട്ടിയിലുള്ള ഓഫീസറെ ഏല്പിച്ചു പഴയ പൊലീസ്സുകാരൻ വിടവാങ്ങി.

“നമുക്ക് ജഡ്ജിയുടെ വസതിവരെ പോകണം. അതു കഴിഞ്ഞാൽ താങ്കൾ സ്വതന്ത്രനായി. ഇതെല്ലാം ഇവിടത്തെ ചടങ്ങുകളാണ്.” കടലാസ്സുകളിൽനിന്നു കണ്ണെടുത്ത് പുതിയ പൊലീസ്സുകാരൻ പറഞ്ഞു.

അഞ്ച് കി.മീ. അകലെയാണ് ജഡ്ജിയുടെ വസതി.

“പോകാൻ നിർബന്ധമാണെങ്കിൽ അങ്ങനെയാവട്ടെ.” ഞാനൊരു നെടുവീർപ്പോടെ പറഞ്ഞു.

ക്ഷീണിതന്റെ വാക്കുകൾ. അല്പം പരിഭവത്തിലും നിരാശയിലും അയാളല്പം മൗനമവലംബിച്ചു.

“താങ്കളൊരു ഉസ്താദല്ലേ? പോരെങ്കിൽ ഞങ്ങളുടെ അതിഥിയും. ഞാൻ ജഡ്ജിക്കൊന്നു ഫോൺ ചെയ്തു നോക്കട്ടെ.”

ഫോൺ കറങ്ങി. ഞാനവിടെ എത്തിയ സാഹചര്യം ജഡ്ജിയെ അറിയിച്ചു. ഫോൺ താഴെവെച്ചുകൊണ്ടയാൾ പറഞ്ഞു:

“താങ്കൾ പോകേണ്ടതില്ല. ഉസ്താദിനെ നടത്തേണ്ടെന്നാണ് ജഡ്ജി അറിയിച്ചത്.”

നോക്കണേ, ഒരദ്ധ്യാപകന് ഇറാഖിൽ ലഭിക്കുന്ന ബഹുമതി. കൂലിവേലക്കാരൻ മുതൽ അത്യുന്നതിയിൽ കഴിയുന്നവർവരെ അദ്ധ്യാപകനെ ബഹുമാനിക്കുന്നു. ഞാനിത്രയും ആലോചിക്കുമ്പോഴേക്കും പൊലീസുകാരൻ തുടർന്നു:

“നൂറ് ദിനാർ ഹഫ്ലയാണ് ജഡ്ജി കല്പിച്ചത്.”

“നൂറ് ദീനാറോ?”

“മുവ്വായിരം ഉറുപ്പിക. ഇത്രയും പിഴയാണെന്നാണ് ഞാൻ ധരിച്ചത്.” പൊലീസുകാരൻ വിശദീകരിച്ചു. ഹഫ്ല എന്നാൽ ജാമ്യം. ഭാവിയിൽ ഈ ആക്ഷേപത്തെച്ചൊല്ലി വല്ല ആക്ഷേപവും വന്നാൽ ഒരു പിടുത്തം വേണ്ടേ? കുഴപ്പം ഇവിടെവെച്ചും തീർന്നില്ല. നൂറ് ദീനാർ ജാമ്യം ആർ നിൽക്കും? ശരീഫ് തയ്യാറായി. പക്ഷേ, അവന് പതിനാറു വയസ്സേ ആയിട്ടുള്ളൂ. പ്രായമായവർ വേണം. ഡോ. സിങ്ങിനെ വീണ്ടും ഫോൺ ചെയ്തു വരുത്തിയാലോ. സമയം മൂന്നര മണി.

“ഉസ്താദ് വിഷമിക്കണ്ട. ഞാൻ നിങ്ങൾക്കുവേണ്ടി ജാമ്യം നിൽക്കാം.”

പൊലീസ് ഓഫീസർ എന്റെ നേരെ കൈ നീട്ടിക്കൊണ്ട് പറഞ്ഞു.

സദ്ദാമിന്റെ നാട്ടിൽ

എന്തൊരു സൗഹൃദം. അറേബ്യൻ നാടുകളിൽ ഇറാഖിൽ വെച്ചു മാത്രം ലഭിക്കുന്ന സൗഹൃദം അദ്ദേഹവും ഞാനും ഒപ്പിട്ടു. ഓഫീസർ കാർ വരെ വന്ന് എന്നെ യാത്രയാക്കി. ശരീഫിനെ അവന്റെ വീട്ടിൽ വിട്ടു. ഞാൻ വീട്ടിലേക്ക് തിരിച്ചു. സമയം നാലുമണി കഴിഞ്ഞിരിക്കുന്നു. പള്ളികളിൽനിന്ന് ബാങ്ക് വിളികളുയർന്നു. ഉറക്കത്തിനേക്കാൾ ശ്രേഷ്ഠമാണ് പ്രാർത്ഥന എന്ന വിളി കാതുകളിൽ അലച്ചു. ഉറങ്ങിക്കിടന്നിരുന്ന തെരുവുകൾ ഉണർന്നുവരുന്നു. കാബാബു കടകളിൽ തിരക്കു കൂടുന്നു. വീട്ടിലെത്തുമ്പോൾ ഭാര്യ റോഡിലേക്കു കണ്ണുംനട്ടിരിക്കുന്നു. ഫരീദ തളർന്നു കിടന്നുറങ്ങുന്നു.

ഈ സംഭവം കഴിഞ്ഞ് പത്തു മാസങ്ങളായി. ടൈഗ്രീസ് നദിയുടെ ആഴം കുറഞ്ഞു. ഞങ്ങൾ ഇന്ത്യയിലേക്ക് പോവുകയും തിരിച്ചു വരികയും ചെയ്തു. പൊലീസ് സ്റ്റേഷനിൽനിന്നൊരു കത്ത്. ഒരു നിശ്ചിത ദിവസം കോടതിയിൽ ഹാജരാകണമെന്ന്. എന്താണ് പുലിവാല്. പഴയ കാറപകടത്തെച്ചൊല്ലിയാണോ? അക്കാര്യങ്ങളൊക്കെ അന്നുതന്നെ അവസാനിച്ചുവല്ലോ. കുട്ടിയുടെ അച്ഛൻ വീണ്ടും കുത്തിത്തിരിപ്പുണ്ടാക്കിയോ? പൊലീസ് സ്റ്റേഷനിൽ അന്വേഷിച്ചു. കാര്യമായിട്ടൊന്നുമില്ല. പ്രശ്നം പഴയതുതന്നെ. കുട്ടിയുടെ അച്ഛനും ഞാനും കോടതിയിൽ ജഡ്ജിയുടെ മുമ്പിൽ ഹാജരാകണം. അത്രതന്നെ. അവസാനത്തെ ചടങ്ങ്. സമാധാനമായി. ഇവിടത്തെ കോടതികളും നടത്തിപ്പും കണ്ടു മനസ്സിലാക്കുകയുമാവാമല്ലോ?

ടൈഗ്രിസ് നദിയും റോഡുമാർഗ്ഗങ്ങളും

നിശ്ചിത ദിനം ഞാൻ കോടതിയിലെത്തി. വിസ്തൃതമായ കോമ്പൗണ്ട്. ഉയരമുള്ള കെട്ടിടം. വളപ്പിലും വരാന്തയിലും ജനത്തിരക്കുണ്ട്. ഗൗൺ ധരിച്ച വക്കിൽമാരേയോ ആധാരക്കെട്ട് കക്ഷത്തിലൊതുക്കി, കുട പിടിച്ചു, മുറുക്കിത്തുപ്പി കക്ഷികളുമായി കുസുകുസു പറയുന്ന ഗുമസ്ത ന്മാരെയോ കാണാനില്ല. കവാടത്തിൽ നിൽക്കുന്ന പൊലീസുകാരൻ അകത്തു പ്രവേശിക്കുന്നവരുടെ ശരീരം തപ്പിനോക്കുന്നു. വിമാനത്താവള ത്തിലുള്ള പരിശോധനപോലെ; ഭാരതത്തിൽ ന്യായാധിപന്മാരുടെ നേരെ കൈയേറ്റം നടത്തിയ ചില സംഭവങ്ങളെപ്പറ്റി ഞാനോർത്തു. വരാന്ത യിൽ അവിടവിടെയായി തല നരച്ച ടൈപ്പിസ്റ്റുകളെക്കണ്ടു. കക്ഷികൾക്കു സങ്കടഹർജി തയ്യാറാക്കാനിരിക്കുന്ന പെൻഷൻകാരാവാമവർ. ഓരോ തരം കേസ്സുകൾക്കും പ്രത്യേകം പ്രത്യേകം കോടതികളുണ്ട്. എനിക്കു പോകേണ്ടിയിരുന്നത് അപകടങ്ങളെയും നഷ്ടപരിഹാരങ്ങളെയും സംബ ന്ധിച്ച കോടതിയിലായിരുന്നു. ഓഫീസ് മേധാവി പെട്ടെന്നെന്നെ തിരിച്ച റിഞ്ഞു. ഞാൻ മാത്രമായിരുന്നു ഒരു വിദേശി. സലാം ചൊല്ലി, ഇരുന്നു. ചായ കുടിച്ചു.

“ഒരു പാർട്ടി എത്തും മറ്റേ പാർട്ടി വരില്ല. ഇതിവിടെ സാധാരണ യാണ്. അതുകൊണ്ട് കേസ് നീട്ടേണ്ടിവരും. താങ്കളെ ഇങ്ങോട്ടു വീണ്ടും നടത്തരുതെന്ന് ഞങ്ങൾക്ക് നിർബന്ധമുണ്ട്. കുട്ടിയേയും അച്ഛനേയും സമയത്തിനിവിടെ എത്തിക്കണമെന്ന് ഞങ്ങൾ പൊലീസിന് നിർദ്ദേശം കൊടുത്തിട്ടുണ്ട്.”

പത്തുമിനിട്ടിനകം കുട്ടിയും അച്ഛനും എത്തി. കുട്ടി ഓടിച്ചാടി നട ക്കുന്നു. അച്ഛൻ എന്റെയടുത്തുവന്നു പരിചിതഭാവത്തിൽ ഹസ്തദാനം ചെയ്തു.

“താങ്കളോട് ഞങ്ങൾക്കൊരു പരാതിയുമില്ല.”

പിന്നീട് കുശലപ്രശ്നമായി. അതിനിടയിൽ അയാൾ എന്തോ എഴുതിയ ഒരു കടലാസ് ഓഫീസിൽ ഏല്പിച്ചു. അതു വായിച്ച ഓഫീസർ എന്നോടു പറഞ്ഞു:

“ഇക്കാര്യം ഇന്നവസാനിക്കുന്ന മട്ടു കാണുന്നില്ല. കുട്ടിയുടെ അച്ഛൻ ഇൻഷുറൻസ് കമ്പനിയിൽ നഷ്ടപരിഹാരം ആവശ്യപ്പെട്ടിരിക്കുന്നു. കമ്പ നിയെ അറിയിക്കണം. അവരുടെ പ്രതിനിധി എത്തണം. കേസ് നീണ്ടു പോകാനാണ് സാദ്ധ്യത.”

ഈ കുഴപ്പങ്ങളൊക്കെ എതിരുണ്ടാക്കുന്നുവെന്നർത്ഥത്തിൽ അദ്ദേഹം കുട്ടിയുടെ അച്ഛനെ രൂക്ഷമായൊന്നു നോക്കി. വയസ്സനു കുലുക്കമില്ല. ഓഫീസർ ഫയലുമായി ജഡ്ജിയുടെ മുറിയിലേക്കു പോയി. അല്പം താമസിച്ചാണ് തിരിച്ചുവന്നത്. ഉസ്താദിനെ വീണ്ടും ഇങ്ങോട്ടു നടത്തേണ്ട തില്ലെന്നാണ് ജഡ്ജിയുടെയും അഭിപ്രായം.

“ഞങ്ങൾ ഇൻഷുറൻസ് കമ്പനിയിലേക്കു ഫോൺ ചെയ്തിട്ടുണ്ട്. അര മണിക്കൂറിനകം അവരുടെ ആൾ ഇവിടെ എത്തും.”

ബ്രീഫ്കെയ്സും തൂക്കിപ്പിടിച്ച് ഇൻഷുറൻസ് പ്രതിനിധി താമസിയാതെ എത്തി. എന്നെ ജഡ്ജിയുടെ മുറിയിലേക്കു വിളിച്ചു.

കാർപ്പറ്റിട്ട മുറിയിൽ സോഫാസെറ്റുണ്ട്. സാധാരണപോലുള്ളൊരു ഓഫീസ് മുറി. ജഡ്ജി എന്റെ നേരെ സിഗരറ്റ് നീട്ടി. വലിക്കില്ലെന്നു പറഞ്ഞപ്പോൾ അദ്ദേഹം ചിരിച്ചുകൊണ്ട് ഇംഗ്ലീഷിൽ പറഞ്ഞു.

“മനഃശാസ്ത്രജ്ഞന്മാരും ഡോക്ടർമാരും സിഗരറ്റ് വലിക്കാൻ പാടില്ലെന്നു പറയും. അവർതന്നെ കൂടുതൽ വലിക്കുകയും ചെയ്യും. താങ്കളക്കൂട്ടത്തിൽപെടില്ലേ?”

ഇൻഷുറൻസ് പ്രതിനിധിയും കുട്ടിയും അച്ഛനും അകത്തേക്കു വന്നു. അദ്ദേഹം അവരോട് അറബിയിൽ കേസ്സിനെപ്പറ്റി ആരാഞ്ഞുകൊണ്ടിരുന്നു. സത്യമനുസരിച്ചു നീതി നടത്തണമെന്നർത്ഥം വരുന്ന ഒരു ഖുർആൻ വാക്യം ചുമരിലെഴുതിവെച്ചിട്ടുണ്ട്.

ഇവിടെ ആരെയും കൂട്ടിൽ കയറ്റി വിസ്തരിക്കുന്ന പതിവില്ല. വക്കീലന്മാരുടെ വാക്കു കസർത്തുകൾക്കനുസരിച്ചല്ല നീതിന്യായം നടപ്പിൽ വരുത്തുന്നത്. ജഡ്ജി കേസിന്റെ സത്യാവസ്ഥ കണ്ടുപിടിക്കാൻ ശ്രമിക്കുന്നു. മറ്റൊരു ഇന്ത്യക്കാരനുണ്ടായ അനുഭവമോർമ്മ വരുന്നു. ഡി. താമസിച്ചുകൊണ്ടിരുന്ന വീട് ഒഴിപ്പിക്കണമെന്നു വീട്ടുടമയ്ക്കൊരു മോഹം. വേറെ കൊടുത്താൽ വാടക നാലിരട്ടി വർദ്ധിപ്പിക്കാം. ഡി. വീടൊഴിയാൻ വിസമ്മതിച്ചു. വീട്ടുടമയാണെങ്കിൽ പ്രതാപശാലിയും സ്വാധീനശക്തിയുള്ളവനും. വാടകവീട് ഒഴിഞ്ഞുകിട്ടണം. സ്വന്തം താമസത്തിനുവേണ്ടിയാണ്. പോരാത്തതിന് ഡി. വീട് വൃത്തിയാക്കി വെക്കുന്നില്ല. വീട്ടുസാമാനങ്ങളൊക്കെ നശിപ്പിക്കുന്നു. ഈ ആക്ഷേപങ്ങളൊക്കെ ഡി. കോടതിയിൽ നിഷേധിച്ചു. ജഡ്ജി നേരിട്ട് വീട് കാണാനെത്തി. ആക്ഷേപങ്ങളിൽ തരിപോലും സത്യമില്ലെന്നദ്ദേഹത്തിന് ബോധ്യമായി. വിധിയുണ്ടായി. ഡി. തെറ്റുകാരനല്ല. അയാൾക്ക് അതേ വാടകയിൽ ആ പട്ടണത്തിൽ ഉദ്യോഗമുള്ള കാലത്തോളം താമസിക്കാം.

ജഡ്ജി എന്റെ നേരെ തിരിഞ്ഞു: “താങ്കൾക്കു പോകാം. താങ്കൾക്കും താങ്കളുടെ ദേശത്തിനും നന്മ വരട്ടെ.” കുട്ടിക്ക് ഇൻഷൂറൻസിൽനിന്ന് എത്ര നഷ്ടപരിഹാരം ലഭിച്ചെന്നറിയുകയില്ല. അവർക്കെന്തെങ്കിലും കിട്ടട്ടേ എന്നു ഞാൻ പ്രാർത്ഥിച്ചു.

നിയമലംഘനങ്ങൾ ഇവിടെ ദുർലഭമാണ്. എല്ലാ തലത്തിലും സമാധാനം നിയമപാലനക്രമങ്ങളെല്ലാം ആധുനിക രീതിയിലാണ്. കട്ടവന്നു കടുത്ത ശിക്ഷ ലഭിക്കുന്നുണ്ട്. പക്ഷേ, കൈവെട്ടലില്ല. കൊള്ളയും കൈയേറ്റവും ഇവിടെ ഇല്ലെന്നുതന്നെ പറയാം. ബലപ്രയോഗവും

ബലാത്സംഗവുമില്ല. പൗരന്മാർക്കെപ്പോഴും സുരക്ഷിതബോധമുണ്ട്. കണിശമായ നിയമപാലനവും രക്ഷാസന്നാഹങ്ങളുമാവാം ഇതിനു കാരണം. ഒരു സ്ത്രീക്ക് പാതിരാവിൽപോലും സുരക്ഷിതബോധത്തോടെ തനിയെ തെരുവിലൂടെ നടക്കാൻ ലോകത്തിൽ മറ്റേതെങ്കിലും നാട്ടിൽ സാധിക്കുമോ എന്നു തോന്നുന്നില്ല. പക്ഷേ, ഇറാഖിൽ അതൊരദ്ഭുത മാവില്ല. കൈക്കൂലിയും കോഴയുമില്ല. കരിഞ്ചന്തയും പൂഴ്ത്തിവെപ്പുമില്ല. എല്ലാ സാധനങ്ങൾക്കും എല്ലായിടത്തും ഒരേ വില. കലർപ്പില്ലാത്ത സാധനങ്ങൾ. സാധനങ്ങൾ തൂക്കുമ്പോൾ നാം നോക്കിനിൽക്കേണ്ടതില്ല. എപ്പോഴും അല്പം കൂടുതലേ കിട്ടൂ. സർക്കാർ നിയന്ത്രണങ്ങളും സന്നാഹങ്ങളും എല്ലാ തലത്തിലും സ്വാധീനം ചെലുത്തുന്നതാവാം ഈ നല്ല നടപ്പിനു കാരണം.

ഇറാഖ് ഇന്നലെയും ഇന്നും

ചരിത്രത്തേക്കാൾ പഴക്കമുള്ളതാണ് ഇറാഖിന്റെ ചരിത്രം. പുരാവസ്തു ഗവേഷകർ അവിടവിടെയായി കുഴിച്ചെടുത്ത വസ്തുക്കളും അസ്ഥികൂടങ്ങളും ഇറാഖിന് അറുപതിനായിരം സംവത്സരങ്ങളുടെ പാരമ്പര്യമുണ്ടെന്ന് കണക്കാക്കിയിരിക്കുന്നു. മനുഷ്യസംസ്കാരത്തിന്റെ തൊട്ടിലായി മെസപട്ടോമിയ എന്നറിയപ്പെട്ടിരുന്ന ഭൂവിഭാഗമാണ് ഇറാഖ്. രണ്ടു നദികൾക്കിടയിലുള്ള ഭൂവിഭാഗം എന്നാണ് മെസപട്ടോമിയ എന്ന ഗ്രീക്ക് പദത്തിന്നർത്ഥം. ടൈഗ്രീസും യൂഫ്രട്ടീസുമാണീ നദികൾ. സാമ്രാജ്യങ്ങളുടെ ജയപരാജയക്കഥകൾ മണ്ണിന്നടിയിലേക്ക് മറഞ്ഞുപോയിട്ടുണ്ടെങ്കിലും പുതുമയിലും പഴമയുടെ ഓളങ്ങൾ ഇന്നും ഈ ഭൂവിഭാഗത്തു ദർശിക്കാം.

മരുഭൂമിയാലും മലകളാലും ചുറ്റപ്പെട്ട ഇറാഖ് ഫലഭൂവിഷ്ഠമായൊരു പ്രദേശമായിരുന്നു. അതുകൊണ്ടുതന്നെയാവണം ചുറ്റുപാടുമുള്ളവർ പ്രാചീനകാലം മുതലേ ഇങ്ങോട്ടാകർഷിക്കപ്പെട്ടത്. ഏകദേശം ബി.സി. 3500 വർഷത്തിൽ കുടിയേറിപ്പാർത്ത സുമേറിയൻസാണ് ഏറ്റവും പഴക്കം ചെന്ന ഈ പ്രദേശത്തെ നിവാസികളെന്നനുമാനിക്കപ്പെടുന്നു. ബി.സി. 2300 കൊല്ലങ്ങൾക്കുമുമ്പ് സെമയറ്റ്സ് എന്ന പേരിലറിയപ്പെടുന്ന വർഗ്ഗക്കാരും ഈ സ്ഥലത്തേക്കു കുടിയേറിത്തുടങ്ങി. കാലക്രമത്തിൽ ഈ രണ്ടു വർഗ്ഗക്കാരും കൂടിച്ചേർന്നൊരു സങ്കരവർഗ്ഗമുണ്ടായി.

ബി.സി. 1750ഓടുകൂടി ബാബിലോൺ തലസ്ഥാനമാക്കി പ്രശസ്ത സെമറ്റിക്ക് രാജാവായ ഹമുറാബിയുടെ ആധിപത്യത്തിലൊരു ഭരണം സ്ഥാപിതമായി. ബി.സി. 1400-മാണ്ടിൽ ബാബിലോൺ രാജവാഴ്ച അസ്സീറിയൻ ഭരണത്തിലായി. ലോകത്തിലാദ്യമായി കുതിരസവാരി നടത്തിയത് അസ്സീറിയൻസാണത്രെ. ഇവർ വേട്ടയാടുന്നതിലും യുദ്ധം ചെയ്യുന്നതിലും പ്രസിദ്ധരായിരുന്നു. ചാൽഡിയൻ രാജാക്കന്മാരുടെ ആഗമനത്തോടെ അസ്സീറിയൻ ഭരണസ്ഥാനമായിരുന്ന നൈനേവയിൽനിന്നു ഭരണകൂടം വീണ്ടും ബാബിലോണിലേക്കു മാറ്റപ്പെട്ടു. ഈ ഭരണം അതിന്റെ ഉത്തുംഗ ശൃംഗത്തിലെത്തിയത് ബി.സി. 570ലായിരുന്നു. 538 മുതൽ 331 വരെ ഭരണം പേർഷ്യക്കാരുടെ കൈയിലായി. മഹാനായ

അലക്സാണ്ടറാണിവരെ പരാജയപ്പെടുത്തിയത്. അദ്ദേഹത്തെ പിന്തുടർന്ന സെലൂക്കസ് ഭരണതലസ്ഥാനം ബാബിലോണിൽനിന്നു ടൈഗ്രീസ് കരയിലുള്ള സെലൂഷ്യയിലേക്കു മാറ്റി. ഇക്കാലം മുതലാണ് ബാബിലോണിന്റെ പ്രശസ്തി മണ്ണിന്നടിയിലേക്ക് പതിച്ചു തുടങ്ങിയത്. ബി.സി. 135 മുതൽ എ.ഡി. 266 വരെ പാർതിയൻ പേർഷ്യക്കാരായിരുന്നു ഭരണാധികാരികൾ. സസ്സാനീദ് വർഗ്ഗക്കാരാണിവരെ പുറംതള്ളിയത്. 637ൽ അറബികൾ അധികാരത്തിൽ വന്നു. നൂറ്റിഇരുപത്തഞ്ച് കൊല്ലങ്ങൾക്കു ശേഷം ഖലീഫ അൻ മൻസൂർ ബാഗ്ദാദ് പട്ടണം നിർമ്മിച്ചു. ഈ വൃത്തനഗരത്തിന്റെ പരിപൂർണ വികസനത്തിനുത്തരവാദി ലോകപ്രസിദ്ധനും ആയിരത്തൊന്നു രാവുകളിലെ നിത്യനായകനുമായ ഹാദ്നൽ റഷീദ് ആയിരുന്നു. പതിമ്മൂന്നാം നൂറ്റാണ്ടിൽ മങ്കോളിയർ ഈ പട്ടണം പിടിച്ചടക്കി. ഇവിടന്നങ്ങോട്ട് അറുനൂറു കൊല്ലങ്ങളോളം ഇറാഖ് അധികമൊന്നും അറിയപ്പെടാത്തൊരു ദേശമായിത്തീർന്നു.

പതിനാറാം നൂറ്റാണ്ടിൽ ഇറാഖ് തുർക്കികളുടെ അധീനത്തിലായി. ഒന്നാംലോകമഹായുദ്ധംവരെ ഈ നില തുടർന്നു. 1921 മുതൽ 1932 വരെ ഇറാഖ് ബ്രിട്ടീഷ് അധീനത്തിലായി. ഇറാഖികളിൽ ദേശീയബോധം വളരാൻ തുടങ്ങി. സമരങ്ങളും വിപ്ലവങ്ങളുമുണ്ടായി. ബ്രിട്ടീഷുകാർ സ്ഥലംവിട്ടു. എങ്കിലും രാജവാഴ്ചയ്ക്കന്ത്യം കുറിച്ചില്ല. ദേശീയബോധത്തിനും രാജവാഴ്ചയ്ക്കുമെതിരായി മുറവിളികൾക്ക് വീര്യംകൂടി. വിപ്ലവങ്ങളും പ്രതിവിപ്ലവങ്ങളും. ഭരണകൂടങ്ങൾ തകർന്നുവീണു. അവസാനം 1968 ജൂലായ് 17ലെ വിപ്ലവം ഇറാഖിന്റെ ചരിത്രത്തിന്നൊരു പുതിയ അദ്ധ്യായം കുറിച്ചു. ഈ വിപ്ലവത്തിന് നേതൃത്വം നൽകിയ അറബ് ബാത്ത് സോഷ്യലിസ്റ്റ് പാർട്ടിയാണ് ഇറാഖിന്റെ ഇപ്പോഴത്തെ ഭരണചക്രം തിരിക്കുന്നത്. ഇറാഖ് റിപ്പബ്ലിക് പ്രസിഡണ്ട് സദ്ദാം ഹുസൈനിന്റെ നേതൃത്വത്തിൽ പുരോഗതിയിലേക്ക് കുതിച്ചുകയറുന്ന ഇറാഖ് എല്ലാ തുറകളിലും സ്വയംപര്യാപ്തിയിലേക്കു നീങ്ങിക്കൊണ്ടിരിക്കുകയാണ്. വിദേശശക്തികളുടെ താളത്തിനനുസരിച്ച് തുള്ളാതെ അന്താരാഷ്ട്രരംഗങ്ങളിൽ സ്വയം തലയുയർത്തി നിൽക്കാനും ഇറാഖിനു സാധിച്ചിട്ടുണ്ട്. ഇതിനെക്കുറിച്ച് ഇന്നോർക്കുമ്പോൾ...

അറബ് ബാത്ത് സോഷ്യലിസ്റ്റ് പാർട്ടി അധികാരത്തിലെത്തിയപ്പോൾ അവരുടെ ചുമതല ചെറുതായിരുന്നില്ല. കാർഷികപരിഷ്കാരങ്ങൾ വരുത്തുക, ഉച്ചനീചത്വങ്ങൾ തുടച്ചുമാറ്റുക, ചൂഷകരേയും കുത്തകമുതലാളികളേയും അകറ്റിനിർത്തുക, രാജവാഴ്ച വരുത്തിവെച്ച മുറിവുകൾ ഉണക്കുക എന്നിങ്ങനെ നൂറുനൂറു ഉത്തരവാദിത്വങ്ങളാണവരുടെ മുമ്പിലുണ്ടായിരുന്നത്. പടിപടിയായി ഓരോ രംഗങ്ങളിലും ഗവണ്മെന്റ് പരിഷ്കാരങ്ങൾ നടപ്പിലാക്കി. എണ്ണപ്പാടങ്ങൾ ദേശസാൽക്കരിക്കുക എന്നതായിരുന്നു എടുത്തുപറയത്തക്കതായൊരു കാൽവെപ്പ്. ഇതത്ര എളുപ്പമായിരുന്നില്ല. വിദേശശക്തികളോടുള്ളൊരു സംഘട്ടനംകൂടിയായിരുന്നു ഇത്.

അവസാനം 1972ൽ ഇറാഖിലെ എല്ലാ എണ്ണ ഉത്പാദനകമ്പനികളും ദേശ സാൽക്കരിക്കപ്പെട്ടു.

പൗരാണികകാലം മുതലേ ഇറാഖ് അറിയപ്പെടുന്നത് ഒരു കാർഷിക രാഷ്ട്രമായിട്ടാണ്. എണ്ണയുടെ ആവിർഭാവം കൃഷിയെ രണ്ടാംപന്തിയിലേക്ക് മാറ്റിയിട്ടുണ്ടെങ്കിലും പുതിയ ഭരണം ഈ തുറയിലും വേണ്ട പരിഷ്കാരങ്ങൾ വരുത്തുകയുണ്ടായി. ഷേയ്ക്കുമാരും ജന്മിമാരും കൈയൊതുക്കിവെച്ചിരുന്ന കൃഷിസ്ഥലങ്ങൾ കൃഷിക്കാർക്ക് വീതിച്ചുകൊടുക്കാനുള്ള വ്യവസ്ഥകൾ നടപ്പാക്കി. കൃഷിഭൂമി കൃഷിക്കാരനായി മാറി. സഹകരണ കൃഷിസമ്പ്രദായം നടപ്പിൽ വരുത്തി. സ്ത്രീകൾക്കു മാത്രമായുള്ള ചില സഹകരണ കൃഷിസംഘങ്ങൾ ഉടലെടുത്തു. നാളിതുവരെ നിലനിന്നുപോന്നിരുന്ന ഫ്യൂഡൽ സമ്പ്രദായങ്ങളുടെ അന്ത്യം കുറിച്ചു.

വിപ്ലവ ഗവർമ്മെണ്ടിന്റെ മറ്റൊരു പ്രധാന പരിഷ്കാരം വിദ്യാഭ്യാസ തലത്തിലായിരുന്നു. കിന്റർഗാർട്ടൻ മുതൽ സർവ്വകലാശാലവരെ സൗജന്യ വിദ്യാഭ്യാസം നടപ്പിൽ വരുത്തി. വിദ്യാർത്ഥികളിൽനിന്ന് ഫീസ് വസൂലാക്കുന്നില്ലെന്നു മാത്രമല്ല പെൻസിൽ, പേന, നോട്ടുപുസ്തകങ്ങൾ, ടെക്സ്റ്റ് പുസ്തകങ്ങൾ മറ്റ് സാമഗ്രികൾ എന്നിവ സൗജന്യമായി അവർക്ക് വിതരണം ചെയ്യുകയും ചെയ്യുന്നു. വരുമാനം ചുരുങ്ങിയവർക്ക് ഭക്ഷണവും താമസസൗകര്യങ്ങളും സൗജന്യമാണ്. രക്ഷിതാക്കൾക്ക് തങ്ങളുടെ കുട്ടികളുടെ വിദ്യാഭ്യാസം ഒരിക്കലും ഒരു ഭാരമാകുന്നില്ല. ജോലിയിലേർപ്പെട്ടവർക്ക് സായാഹ്നകോളേജുകളുമുണ്ട്.

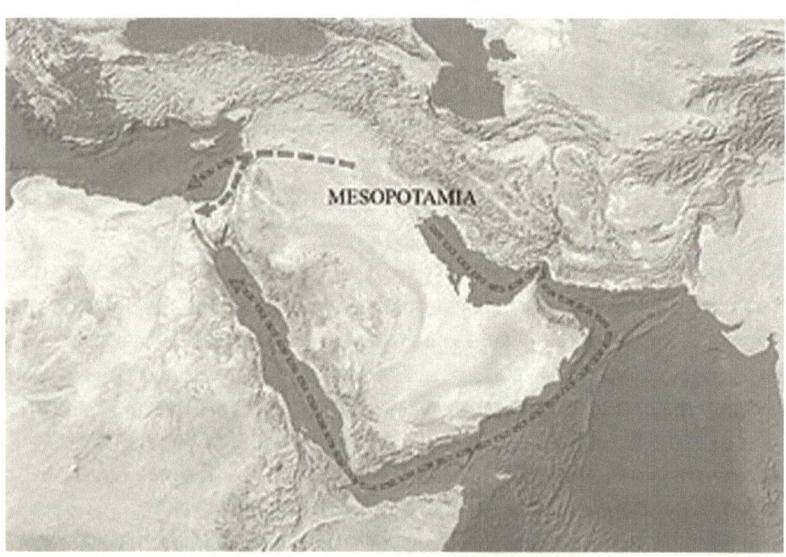

ഇന്ന് ഇറാഖിൽ അഞ്ച് സർവ്വകലാശാലകളുണ്ട്. മെഡിസിൻ, എഞ്ചിനീയറിംഗ്, ശാസ്ത്രം, മാനവികവിഷയങ്ങൾ, വിദ്യാഭ്യാസം, മൃഗശാസ്ത്രം, വനശാസ്ത്രം എന്നിങ്ങനെയുള്ള കലാലയങ്ങളുൾക്കൊള്ളുന്നവയാണീ സർവ്വകലാശാലകൾ. വർഷംപ്രതി വിദ്യാർത്ഥികളുടെ അംഗസംഖ്യ വർദ്ധിച്ചുവരുന്നു. പഠനത്തിനാവശ്യമായ പുസ്തകങ്ങളും സാമഗ്രികളും ലോകത്തിന്റെ ഏതു കോണിൽനിന്നും എപ്പോൾ വേണമെങ്കിലും ഇറക്കുമതി ചെയ്യാവുന്നതാണ്. ലൈബ്രറികളിൽ പുസ്തകങ്ങൾ വാങ്ങുന്നതിന് പണപരിമിതിയില്ല.

സർവ്വകലാശാലകളിലൊഴികെ അദ്ധ്യാപകരെല്ലാം ഇറാഖികൾതന്നെ. സ്ത്രീകളും പുരുഷന്മാരും. ലോകത്തിന്റെ നാനാഭാഗങ്ങളിൽനിന്നും ഓരോ കൊല്ലവും സർവ്വകലാശാലകളിലേക്ക് അദ്ധ്യാപകരെ തിരഞ്ഞെടുത്തുകൊണ്ടുവരുന്നു. സർവ്വകലാശാലാ തലത്തിലെ ഇറാഖി അദ്ധ്യാപകരുടെ അംഗസംഖ്യ വർഷംപ്രതി വർദ്ധിച്ചുവരുന്നുമുണ്ട്.

ഇറാഖി വിദ്യാർത്ഥികൾക്ക് കെട്ടുറപ്പുള്ളൊരു സംഘടനയുണ്ട്. നിർമ്മാണപ്രവർത്തനങ്ങൾക്കുവേണ്ടി മാത്രമാണ് ഈ സംഘടനാശക്തി ഉപയോഗിക്കുന്നത്. പണിമുടക്കങ്ങളും ബഹളങ്ങളും ഇവിടത്തെ വിദ്യാർത്ഥികൾക്കറിയുകയില്ല. ഇറാഖി വിദ്യാർത്ഥികളെപ്പോലെ അച്ചടക്കമുള്ളൊരു വിദ്യാർത്ഥിസമൂഹം ലോകത്തിൽ മറ്റെവിടെയെങ്കിലുമുണ്ടോ എന്ന് സംശയമാണ്. അദ്ധ്യാപകരെ വിലയിരുത്തുന്നതിൽ ഇവിടത്തെ വിദ്യാർത്ഥികൾക്ക് പങ്കുണ്ട്. ഈ അധികാരം അവരൊരിക്കലും ദുരുപയോഗപ്പെടുത്താറില്ല. അമിതമായ ബഹുമാനമാണിവിടെ അദ്ധ്യാപകർക്കു ലഭിക്കുന്നത്.

നാലുകെട്ടുകൾക്കുള്ളിൽ വീർപ്പുമുട്ടിക്കഴിഞ്ഞിരുന്ന സ്ത്രീകളെ സ്വതന്ത്രയാക്കുക എന്നതായിരുന്നു വിപ്ലവ ഗവണ്മെന്റിന്റെ മറ്റൊരു പരിപാടി. സ്ത്രീക്കും പുരുഷനും തുല്യപദവി പ്രഖ്യാപിച്ചുകൊണ്ടുള്ള നിയമങ്ങൾക്കു രൂപം നല്കി സ്ത്രീ വിദ്യാഭ്യാസത്തിൽ പ്രത്യേകം താത്പര്യം പ്രദർശിപ്പിക്കാൻ തുടങ്ങി. ഇറാഖിലെ എല്ലാ ജീവിതത്തുറകളിലും ഇന്ന് സ്ത്രീകളെ കാണാം. അവർ പുരുഷന്മാരോടൊത്ത് തുല്യപദവി സ്വീകരിച്ചുകൊണ്ട് ജോലിയിൽ വ്യാപൃതരായിരിക്കുന്നു. വിദ്യാഭ്യാസ സ്ഥാപനങ്ങളിൽ, ഓഫീസുകളിൽ, കലാരംഗങ്ങളിൽ, വാണിജ്യ വ്യവസായരംഗങ്ങളിൽ എന്നുവേണ്ട പൊലീസ്സിൽപോലും വനിതകൾ സാധാരണയാണ്.

അനുദിനം കുതിച്ചുകയറിക്കൊണ്ടിരിക്കുന്ന വിലക്കയറ്റത്തെ കടിഞ്ഞാണിട്ടു പിടിക്കാൻ സാധിച്ച ചുരുക്കം ചില നാടുകളിലൊന്നാണ് ഇറാഖ്. ഇതിനു പ്രധാന കാരണം ഇറക്കുമതികളെല്ലാം ഗവണ്മെന്റ് കമ്പനികൾ മുഖേനയാണെന്നതാണ്. നാടിന്റെ സമ്പദ്ഘടനയെ നിയന്ത്രിക്കുന്ന എല്ലാ വ്യവസായങ്ങളും ക്രയവിക്രയങ്ങളും പൊതുഉടമയിലാണ്.

സ്വകാര്യമേഖല തളർന്നുകിടക്കുന്നു. നിത്യോപയോഗസാധനങ്ങൾ ഉപഭോക്താക്കൾക്ക് നിയന്ത്രിതവിലയ്ക്ക് ലഭിക്കാനുള്ള വിതരണ സന്നാഹങ്ങളുണ്ട്. എല്ലാ ടിന്നുകളിലും പൊതികളിലും വില മുദ്രണം ചെയ്യപ്പെട്ടിട്ടുണ്ട്. അവശ്യവസ്തുക്കളുടെ വില ഇടയ്ക്കിടെ ടി.വി., റേഡിയോ, പത്രങ്ങൾ എന്നിവയിലൂടെ അറിയിച്ചുകൊണ്ടിരിക്കുന്നു. പച്ച ക്കറികൾപോലും ഇതിൽനിന്നൊഴിവല്ല. വലിയ മാർക്കറ്റിൽ പോയാലും ചെറിയ പീടികയിൽപ്പോയാലും സാധനങ്ങൾക്കെല്ലാം ഒരേ വില. വില പേശലില്ല. തർക്കിക്കലില്ല. വിലനിയന്ത്രണത്തെ മറികടക്കാനാരെങ്കിലും ശ്രമിച്ചു തെളിഞ്ഞാൽ അവർക്ക് കടുത്ത ശിക്ഷ. വിപ്ലവഗവണ്മെന്റിന്റെ ഈ ശ്രമങ്ങളുടെ ഫലമായി വിലകയറ്റം ഇറാഖികളെ സാരമായി ബാധി ച്ചിട്ടില്ലെന്നു പറയാം.

കലാസാംസ്കാരിക രംഗങ്ങളിലും ആധുനിക ഇറാഖ് അഭൂതപൂർവ്വ മായ പുരോഗതി പ്രാപിച്ചിട്ടുണ്ട്. ഗവണ്മെന്റ് കലാകാരന്മാരെ പ്രോത്സാ ഹിപ്പിക്കാൻ വേണ്ടതെല്ലാം ചെയ്യുന്നുണ്ട്. ശില്പകലാ പ്രദർശനങ്ങളും ചിത്രരചനാപ്രദർശനങ്ങളും ബാഗ്ദാദിൽ ഒരു നിത്യസംഭവമായിത്തീർ ന്നിട്ടുണ്ട്. ഇത്തരം പ്രദർശനങ്ങളിൽ കലാസൃഷ്ടികൾ എളുപ്പത്തിൽ വിറ്റ ഴിയുന്നു. ഈജിപ്തിൽനിന്നും ബൈറൂത്തിൽനിന്നും ഇറക്കുമതി ചെയ്യ പ്പെടുന്ന അറബി സിനിമകളായിരുന്നു ഈ പ്രദേശത്ത് അടുത്തകാലം വരെ സ്വാധീനം ചെലുത്തിയിരുന്നത്. ഈ പടങ്ങളാവട്ടെ തമിഴ്പടങ്ങളെ പ്പോലെ എല്ലാ ഫോർമുലകളും കൂട്ടിച്ചേർത്തുകൊണ്ടുള്ളവയാണു താനും. ഇടിയും കുത്തും ബലാത്സംഗവും കാബറേയും ഒഴിച്ചുകൂടാത്ത മസാലകളാണ്. ഈ അടുത്ത കാലത്താണ് ഇറാഖ് സിനിമാനിർമ്മാണ ത്തിൽ താത്പര്യം പ്രകടിപ്പിച്ചത്. ചുരുങ്ങിയ കാലത്തിനുള്ളിൽ അന്താ രാഷ്ട്ര പ്രസിദ്ധിയാർജ്ജിച്ച ചില കലാസിനിമകൾ നിർമ്മിക്കുവാനവർക്കു കഴിഞ്ഞു. ലളിതമായ ഇതിവൃത്തമാണ് ഇറാഖ് സിനിമയുടെ മുഖ്യ ഘടകം. അകൃത്രിമമായ അഭിനയവും സെറ്റുകളും. ഹിന്ദി സിനിമയ്ക്കി വിടെ നല്ല പ്രചാരം ലഭിച്ചിട്ടുണ്ട്. 'സംഗം' സിനിമ അമ്പത്തിരണ്ട് പ്രാവശ്യം കണ്ട ഒരു ഇറാഖിയെ ഞാൻ കാണുകയുണ്ടായി. അമ്പത്തി മൂന്നാമത്തെ തവണ കാണാതിരുന്നത് പടം നിന്നുപോയതുകൊണ്ടാണെ ന്നദ്ദേഹം പറഞ്ഞു. ഒന്നിലധികം തവണ ഹിന്ദിപടങ്ങൾ കാണുന്നവരാ ണധികവും. പലർക്കും സംഭാഷണങ്ങളും ഗാനങ്ങളും കാണാപാഠമാണ്. നായകനോ നായികയോ അഭ്രത്തിൽ പാടുമ്പോൾ കാണികൾ ഒന്നായി ഒരുമിച്ചു പാടുന്നത് ഞങ്ങൾ പലപ്പോഴും കേട്ടിട്ടുണ്ട്. കണ്ടിട്ടുണ്ട്. ഷമ്മി കപൂറാണ് ഇറാഖികളുടെ ഇഷ്ടനടൻ. ഒഴിവുകാല സന്ദർശനത്തിന് ഇന്ത്യയിലേക്ക് പോകുമ്പോൾ പലരും ഷമ്മികപൂറിന്റെ ഫോട്ടോ കൊണ്ടു വരാൻ പറഞ്ഞേല്പിക്കാറുണ്ട്.

കവിസമ്മേളനങ്ങളും സാഹിത്യസമിതികളും ഇവിടെ സാധാരണ യാണ്. സാഹിത്യവിഭാഗങ്ങളിൽ കവിതയ്ക്കാണ് കൂടുതൽ പ്രാധാന്യം

ലഭിക്കുന്നതെന്നു തോന്നുന്നു. അറബി കവിതകൾ പൊതുവേ ദൈർഘ്യ മുള്ളവയാണ്. ഇസ്‌ലാമിന്റെ ആവിർഭാവത്തിനു മുമ്പേ അറബി കവിത കൾ പ്രസിദ്ധമായിരുന്നു. പ്രകീർത്തനങ്ങളായിരുന്നു മുഖ്യഇതിവൃത്തം. ദൈവങ്ങളേയും കാലാവസ്ഥയേയും പ്രകീർത്തിച്ചിരുന്നത്, കവിത മുഖേനയാണ്. ഉള്ളടക്കത്തിനു മാറ്റങ്ങൾ സംഭവിച്ചിട്ടുണ്ടെങ്കിലും പ്രകീർത്തനങ്ങൾ ആധുനികകവിതയിലും തുടരുന്നു. പ്രേമവും ശൃംഗാര വുമാണ് ഇന്നത്തെ കവിതകളിലെ മുഖ്യപ്രമേയം. ഇറാഖി കവിതകളിൽ വിപ്ലവത്തിന്റെ ചുവയും കലർന്നിട്ടുണ്ട്. "യാഹബീബി" (എന്റെ പ്രേമഭാജനമേ, കരളേ, പൊന്നേ, സുഹൃത്തേ എന്നൊക്കെ ഇതിനെ വിവർ ത്തനം ചെയ്യാം) എന്നു തുടങ്ങുന്ന കവിതകൾ വളരെ സാധാരണയാണ്. രക്തസാക്ഷികളെ പ്രകീർത്തിച്ചുകൊണ്ടുള്ള കവിതകളും ചുരുക്കമല്ല.

ഇറാഖിന്റെ മുഖച്ഛായ മാറ്റുന്നതിൽ വിപ്ലവ സർക്കാരിന്റെ പഞ്ചവത്സര പദ്ധതികൾ അത്യധികം സഹായകമായിത്തീർന്നിട്ടുണ്ട്. ടൈഗ്രീസിലും യൂഫ്രട്ടീസിലും നിരവധി പാലങ്ങൾ പൊങ്ങിവന്നു. ജലസേചനപദ്ധതി കളും കൂറ്റൻ ഡാമുകളും നിർമ്മിക്കപ്പെട്ടു. വിജനമായ മരുഭൂമികളിൽ പോലും രക്തധമനികൾപോലെ ഒഴുകിപ്പോകുന്ന കനാലുകൾ കാണാ നെന്തൊരു രസമാണ്. ഡിസ്പെൻസറികളും ആസ്പത്രികളും എല്ലാ യിടത്തുമുണ്ട്. നഗരങ്ങളിലെ ആസ്പത്രികൾ ആധുനിക സജ്ജീകരണ ങ്ങളോടുകൂടിയവയാണ്. ഓരോ വകുപ്പിലേക്കും ആവശ്യമായ അത്യാ ധുനിക സാമഗ്രികൾ ആരോഗ്യവകുപ്പ് ഇറക്കുമതി ചെയ്യുന്നു. ആരോഗ്യ വകുപ്പിൽ വിദേശവിദഗ്ധരും സേവനമനുഷ്ഠിക്കുന്നുണ്ട്.

ഒരു നാട്ടിന്റെ പുരോഗതി വിലയിരുത്തുമ്പോൾ ബഹുമാളിക കെട്ടിട ങ്ങളും കൂറ്റൻ യന്ത്രസാമഗ്രികളും മാത്രം കണക്കിലെടുത്താൽ പോരാ. ആ ദേശത്തുള്ള അവശസമൂഹത്തിന്റെ ഗതിയും പരിഗണിക്കേണ്ടതുണ്ട്. ഞാൻ ജീവിച്ച ഇറാഖ് ഈ തുറയിൽ കൂടുതൽ ശ്രദ്ധ പതിപ്പിച്ചതായി തോന്നുന്നു. വിദേശകോയ്മയിലും രാജവാഴ്ചയിലും ഷേയ്ക്ക്മാരുടെ അധികാരത്തിലും ഉള്ളവൻ തടിക്കുകയും ഇല്ലാത്തവൻ ഇല്ലാതാവുകയും ചെയ്യുകയായിരുന്നു. എല്ലാവർക്കും തൊഴിൽ നൽകുക. തൊഴിൽരഹിത വേതനം നൽകുക, പെൻഷൻ നൽകുക എന്നിങ്ങനെയുള്ള കാര്യങ്ങൾ നടപ്പിൽവരുത്തി. നാട്ടിലുടനീളം അനാഥശാലകൾ സ്ഥാപിച്ചു. ഇത്തരം സ്ഥാപനങ്ങൾ ഞാൻ പലപ്പോഴും സന്ദർശിക്കുകയുണ്ടായിട്ടുണ്ട്. വളരെ മാന്യമായ രീതിയിലാണിത് നടത്തപ്പെടുന്നത്. എല്ലാ ആധുനികസൗകര്യ ങ്ങളോടുംകൂടിയ സുഖവാസസ്ഥലങ്ങളാണിവയെന്നേ അകത്ത് പ്രവേശിച്ചാൽ തോന്നൂ. എല്ലാം സർക്കാർ ചെലവിൽ. അംഗവൈകല്യം സംഭവിച്ചവരും മന്ദബുദ്ധികളുമായവർക്കുവേണ്ടി പ്രത്യേകം പ്രത്യേകം തൊഴിൽ പരിശീലന സ്ഥാപനങ്ങളുണ്ട്. മൂസുളിലുള്ള ഇത്തരം സ്ഥാപന ങ്ങൾ ഞാൻ സന്ദർശിക്കാറുണ്ട്. തൊഴിൽ പരിശീലനശേഷം അവർക്ക് തക്കതായ ജോലി നല്കാനുള്ള ഏർപ്പാടും സർക്കാർതന്നെ ചെയ്യുന്നു.

ഇറാഖ് ഒരു മതേതര രാഷ്ട്രമാണെന്നു പറയാം. ഇറാഖിലേ ഇപ്പോഴത്തെ ജനസംഖ്യ ഒരുകോടി ഇരുപതുലക്ഷമാണ്. ഇവരിൽ 95 ശതമാനം മുസ്ലീമുകളാണ്. ബാക്കിയുള്ളവരിൽ പ്രധാനം ക്രിസ്ത്യാനികളാണ്. ഏകദേശം നാലായിരത്തോളം ജൂതരും ഇറാഖിലുണ്ടെന്ന് കണക്കാക്കപ്പെട്ടിരിക്കുന്നു. ന്യൂനപക്ഷങ്ങൾക്ക് എല്ലാ തലത്തിലും തുല്യ അവകാശങ്ങളും പദവിയുമാണുള്ളത്. അവരുടെ മതവികാരങ്ങളെ മാനിക്കുന്നതിലും മതസ്ഥാപനങ്ങളെ നിലനിർത്തുന്നതിലും സർക്കാർ പ്രത്യേകം ശ്രദ്ധ ചെലുത്തുന്നുണ്ട്. പള്ളികളുടെ മിനാരങ്ങളിൽനിന്നുള്ള ബാങ്കുവിളിയും ചർച്ചകളിൽനിന്നുള്ള മണിമുഴക്കവും ഒരുമിച്ചലിഞ്ഞുചേരുന്നത് സാധാരണയാണ്.

ഇറാഖിലെ പ്രധാന ഭാഷ അറബിതന്നെ. എങ്കിലും ഉത്തരഇറാഖിലെ ഖുർദികളുടെ സംസാരഭാഷ ഖുർദിഷ് ആണ്. അതിർത്തിസ്ഥലങ്ങളിൽ തുർക്കി ഭാഷയും പ്രചാരത്തിലുണ്ട്. ഇംഗ്ലീഷ് ഒരു രണ്ടാംഭാഷ എന്ന നിലയിൽ സ്കൂൾതലത്തിൽനിന്നേ പഠിപ്പിച്ചുതുടങ്ങുന്നു. പഠനമാധ്യമം അറബിയാണ്. സർവകലാശാലാതലത്തിൽ ശാസ്ത്രവിഭാഗങ്ങളിലൊഴികെ പഠനമാധ്യമം എല്ലാതലത്തിലും പടിപടിയായി അറബിയാക്കി മാറ്റാനുള്ള ശ്രമം തുടർന്നുകൊണ്ടിരിക്കുന്നു.

അപ്രതീക്ഷിതമായ എണ്ണ സമ്പാദ്യം കൈവന്നപ്പോൾ ധൂർത്തു പുത്രന്മാരെപ്പോലെ ദുർവ്യയം ചെയ്യുന്ന ചില രാഷ്ട്രങ്ങളുണ്ട്. ഇറാഖ് ഇക്കൂട്ടരിൽ പെടുന്നില്ല. ഇന്നത്തെ സമ്പാദ്യത്തെ സംഘടിതരൂപത്തിൽ വികസനപ്രവർത്തനങ്ങളിലേക്ക് തിരിച്ചുവിടുകയാണ്. നൂറുകൊല്ലങ്ങൾക്കുശേഷം എണ്ണക്കിണറുകളുടെ നെല്ലിപ്പടി കണ്ടാലും ഇറാഖ് ഒരു സമ്പന്ന രാഷ്ട്രമായിത്തന്നെ തുടർന്നുപോകും. മറ്റു രാഷ്ട്രങ്ങളുടെ കാര്യം കണ്ടറിയുകതന്നെ വേണം.

രാജ്യരക്ഷാസന്നാഹങ്ങളിലും ഇറാഖ് സ്വയംപര്യാപ്തി പ്രാപിച്ചുകൊണ്ടിരിക്കുകയായിരുന്നു. സൈനികസ്ഥാപനങ്ങളും പരിശീലന കേന്ദ്രങ്ങളും ആധുനികരീതിയിൽ സ്ഥാപിതമായിട്ടുണ്ട്. കരസേന, വായുസേന, കടൽസേന എന്നിവ ഏറ്റവും ആധുനികരീതിയിലാണ് വാർത്തെടുത്തിട്ടുള്ളത്. ഈ രംഗത്തും ഇന്ത്യൻ വിദഗ്ധരുടെ സേവനം സർക്കാർ സ്വീകരിച്ചിട്ടുണ്ട്. പഠനശേഷം ഒരു നിശ്ചിത കാലം എല്ലാവരും സൈന്യത്തിൽ സേവനം നടത്തുന്നു. നാനാരംഗങ്ങളിലും പുരോഗതി കൈവരിക്കാനും അറബ് രാഷ്ട്രങ്ങൾക്കിടയിൽ തലയുയർത്തി നിൽക്കാവുന്ന ഒരു ശക്തിയായി ഇറാഖിനെ മാറ്റാനും വിപ്ലവസർക്കാരിന് സാധിച്ചിട്ടുണ്ട്.

വസന്തകാല പിക്നിക്കുകൾ

ടൈഗ്രീസ് കര വീണ്ടും ജനനിബിഡമായി. നദിവക്കിലെ പാർക്കുകളിൽ കളിച്ചുല്ലസിക്കുന്ന കുട്ടികൾ. റോസാച്ചെടികൾ വിടർന്നു. ടൈഗ്രീസ് ചിരിച്ചുകളിച്ചോടുന്നു. മൂസുളിലെ വസന്തകാലം. ടൈഗ്രീസിനുമീതെ കൂട്ടംകൂട്ടമായി പറന്നുപോകുന്ന പറവകളെ കാണാൻ രസമുണ്ട്. ഇവയും ശൈത്യകാലത്ത് കൂടുകളിൽ ഒതുങ്ങിക്കഴിഞ്ഞിരുന്നോ? അവയെങ്ങോട്ടു പോകുന്നു? ദേശാടനത്തിന്നാണോ അതോ തീർത്ഥാടനത്തിന്നോ? എന്റെ മനസ്സിലേക്ക് നൂറുനൂറു ചോദ്യങ്ങൾ പൊന്തിവരുന്നു. ജിജ്ഞാസുവായ ഒരു കൊച്ചുകുട്ടിയുടെ മനസ്സിലേക്കെന്നപോലെ. ഞാനീക്കിടക്കുന്ന ടൈഗ്രീസ് കരയിൽ ഒരുപക്ഷേ, ആദിമനുഷ്യർ കിടന്നുറങ്ങിയിട്ടുണ്ടാവാം. ഇണചേർന്നിട്ടുണ്ടാവാം. പച്ച ഇറച്ചി കടിച്ചുതിന്ന് ഗുഹാജീവികൾ ടൈഗ്രീസിലെ വെള്ളം കുടിച്ചിട്ടുണ്ടായിരിക്കാം. എത്രയെത്ര നബിമാരുടെയും പ്രവാചകന്മാരുടെയും കാല്പാടുകൾ ഈ നദിക്കരയിൽ പതിഞ്ഞിട്ടുണ്ട്. എന്റെ ഓർമ്മകൾ വീണ്ടും വർത്തമാനകാലത്തേക്കെത്തുന്നു.

ഞങ്ങൾ മൂസുളിലായിട്ട് ഒന്നര വർഷമായി. സന്ദർശനപ്രാധാന്യമുള്ള പല ഇടങ്ങളും നഗരത്തിലും പരിസരത്തുമുണ്ട്. കേരളത്തിൽ പഠിച്ചു കൊണ്ടിരിക്കുന്ന ഫിറോസ് മദ്ധ്യവേനലൊഴിവിൽ ഇറാഖിയിലെത്തിയിട്ടു വേണം പല സ്ഥലങ്ങളും കാണാനെന്നു തീരുമാനിച്ചതാണ് ഈ കാലതാമസത്തിനു കാരണം. ഫൈസലും ഫരീദയും മൂസുളിൽതന്നെ പഠനം തുടർന്നുകൊണ്ടിരിക്കുകയാണ്. കേരളത്തിലെ വേനൽക്കാലം ഇവിടെ വസന്തകാലമാണ്. പിക്നിക്കുകൾക്കും തീർത്ഥാടനത്തിനും പറ്റിയ കാലം. സ്കൂൾ പൂട്ടിയ അടുത്ത ദിവസം തന്നെ മകൻ കേരളം വിട്ടു. ബാഗ്ദാദ് വിമാനത്താവളത്തിൽ ഞാൻ കാത്തുനിന്നിരുന്നു. പലവട്ടം വിദേശയാത്ര ചെയ്ത പരിചയസമ്പന്നനെപ്പോലെയായിരുന്നു അവന്റെ വരവ്. കുട്ടികൾ എത്ര എളുപ്പത്തിൽ കാര്യങ്ങൾ ഗ്രഹിക്കുന്നു. പലപ്പോഴും മാതാപിതാക്കളുടെ ഉൽക്കണ്ഠയും ഭയവും അസ്ഥാനത്താണ്. അവനെ സ്വീകരിച്ചപ്പോൾ മറ്റൊരു പന്ത്രണ്ടുകാരന്റെ രൂപം എന്റെ മനസ്സിലേക്കു കുതിച്ചുവന്നു. മുപ്പതു വർഷങ്ങൾക്കു മുമ്പുള്ള സ്വയംരൂപം. തുണിയും കുപ്പായവും കുത്തിത്തിരുകിയ സഞ്ചിയും പിടിച്ച് തിരൂരങ്ങാടിയിൽനിന്ന്

അൽ നൂരി പള്ളി

ഒഴിവുകാലത്ത് വീട്ടിലേക്ക് വരുന്ന മൊട്ടയടിച്ചൊരു പയ്യൻ. മുമ്പിൽ നിൽക്കുന്നതോ? ബ്രീഫ്കെയ്സും പിടിച്ച് കൊച്ചിമുതൽ ബാഗ്ദാദ്വരെ തനിയെ പറന്നെത്തിയ മറ്റൊരു പന്ത്രണ്ടുകാരൻ. അന്നത്തെ പയ്യന്റെ ശുഭാപ്തിവിശ്വാസവും ആത്മധൈര്യവും ഇവനുമുണ്ടാവട്ടെയെന്നു പ്രാർത്ഥിച്ചു.

ഫിറോസ് വീട്ടിലെത്തിയപ്പോൾ ഞങ്ങൾക്കു വസന്തകാലമായി. കുട്ടികളുടെ മുഖങ്ങൾ പുഷ്പിച്ചു. ഉമ്മയുടെ സന്തോഷം വളർന്നു. ഞങ്ങൾ പിക്നിക്കുകൾക്കും ഹ്രസ്വയാത്രകൾക്കും പരിപാടികളിട്ടു. മൂസുൾ നഗരത്തിലേയും പരിസരങ്ങളിലേയും ചരിത്രപ്രാധാന്യമുള്ള ഇടങ്ങൾ സന്ദർശിക്കാനും ഈ യാത്രകൾ പ്രയോജനപ്പെട്ടു.

മൂസുൾ നഗരത്തിന് മുവ്വായിരം കൊല്ലത്തിന്റെ പാരമ്പര്യമുണ്ട്. ചരിത്രപ്രസിദ്ധമായ നൈനവ ഇന്നത്തെ മൂസുൾ നഗരത്തിലുൾപ്പെടുന്നു. ബി.സി. 1080-ൽ അസ്സീറിയൻ ഭരണാധികാരികൾ അവരുടെ തലസ്ഥാനമായി സ്വീകരിച്ചത് നൈനവെയായിരുന്നു. നാലഞ്ചു നൂറ്റാണ്ടുകൾക്കുള്ളിൽ നൈനവ പട്ടണം ലോകത്തിലെ അറിയപ്പെടുന്ന സംസ്കാരകേന്ദ്രങ്ങളിലൊന്നായിത്തീർന്നു. അസ്സീറിയൻ ജനത യുദ്ധപ്രിയരായിരുന്നുവെങ്കിലും കലാപ്രിയരുംകൂടെയായിരുന്നു. പുരാവസ്തു ഗവേഷകർ തപ്പിയെടുത്ത കലാവസ്തുക്കൾ ഈ വസ്തുത വെളിവാക്കുന്നുണ്ട്. ബി.സി. 612-ൽ ബാബിലോണിലെ കാൽഡിയൻ ഭരണാധിപർ ഈ നഗരത്തെ ആക്രമിക്കുകയും അതിന്റെ അധഃപതനത്തിന് തുടക്കം കുറിക്കുകയുമുണ്ടായി. ഈ ആക്രമണത്തിൽനിന്ന് രക്ഷ പ്രാപിച്ചവർ ഉത്തരഇറാഖിലെ മലമ്പ്രദേശങ്ങളിലേക്കോടിപ്പോയി. അക്രമികൾ സ്ഥലംവിട്ടപ്പോൾ

അവർ തിരിച്ചുവരികയും നഗരാവശിഷ്ടങ്ങളിൽനിന്ന് മറ്റൊരു ചെറു പട്ടണം ഉയർന്നുവരികയും ചെയ്തു. അങ്ങനെ വളർന്നുവളർന്ന് വലുതായതാണ് ഇന്നത്തെ മൂസുൾ. മുസ്ലിം ആധിപത്യത്തോടെ നഗരത്തിനു വീണ്ടും വികാസം സിദ്ധിച്ചു. ഈ നഗരം പൗരാണികകാലം മുതലേ മസ്ലിൻ തുണികൾക്ക് പ്രസിദ്ധമാണ്. മസ്ലിൻ എന്ന പദത്തിൽ നിന്ന് ഉദ്ഭവിച്ചതാണ് മൂസുൾ എന്ന് പല ചരിത്രകാരന്മാരും രേഖപ്പെടുത്തിയിട്ടുണ്ട്.

മൂസുൾ സർവ്വകലാശാലയുടെ പ്രധാന കാമ്പസിന്നടുത്താണ് പഴയ നൈനവ നഗരം. പുരാവസ്തു ഗവേഷകരുടെ പഠനങ്ങൾക്കു വിധേയമായ ഈ സ്ഥലം ഇപ്പോൾ മൺകൂമ്പാരങ്ങൾ കൂടിക്കിടക്കുന്ന ഒരു വിജനസ്ഥലമാണ്. തൊട്ടടുത്തായി പ്രവാചകൻ നവി യൂനുസിന്റെ ദേവാലയവുമുണ്ട്. ഓരോ ദിവസവും ധാരാളം തീർത്ഥാടകർ ഈ ദേവാലയ സന്ദർശനത്തിനെത്തുന്നുണ്ട്.

മറ്റ് മുസ്ലിം നഗരങ്ങളെപ്പോലെ മൂസുൾ നഗരവും മിനാരങ്ങളുടെ പട്ടണമാണ്. പ്രസിദ്ധമായ അൽനൂരി പള്ളിയിലെ ചരിഞ്ഞ മിനാരം ഈ പട്ടണത്തിന്റെയൊരു പ്രതീകമായിത്തീർന്നിട്ടുണ്ട്. പതിനൊന്നാം നൂറ്റാണ്ടിൽ പണിതീർത്ത ഈ മിനാരത്തിനു പിസയിലെ ചരിഞ്ഞ ഗോപുരത്തോട് സാദൃശ്യമുണ്ടെന്ന് പറയപ്പെടുന്നു. പുരാതനവും ചരിത്രപ്രാധാന്യവുമായ ഇരുപതോളം മുസ്ലിം ദേവാലയങ്ങൾ ഈ നഗരത്തിലുണ്ട്. ഓരോ പള്ളിയും ഓരോ പ്രവാചകന്റെ പേരിലറിയപ്പെടുന്നു.

പുരാതനമായ ചില ക്രിസ്തീയ ദേവാലയങ്ങളും ഇവിടെയുണ്ട്. മദ്ധ്യപൗരസ്ത്യദേശത്തെ ക്രിസ്ത്യൻ മൊണാസ്ട്രികളിൽ ചിലത് ഇവിടെയാണ്. ഈ നഗരത്തിൽ പതിമ്മൂന്നു ചർച്ചുകളുണ്ട്. ഇവയിൽ ചിലത് പത്താംനൂറ്റാണ്ടിൽ പണികഴിപ്പിക്കപ്പെട്ടവയാണ്. ഈ സ്ഥലങ്ങളെല്ലാം ഞങ്ങൾ സന്ദർശിച്ചുകൊണ്ടിരുന്നു. നല്ല സ്വീകരണമാണെല്ലായിടത്തും.

മൺമറഞ്ഞുപോയ ഇറാഖിലെ പ്രാചീനനഗരങ്ങളിലൊന്നാണ് ഹത്ര. മൂസുളിൽനിന്ന് രണ്ടുമണിക്കൂറോളം കാറിൽ സഞ്ചരിച്ചാണ് ഞങ്ങളവിടെ എത്തിയത്. ജയിൻ കുടുംബവും ഞങ്ങളോടൊത്തുണ്ടായിരുന്നു. ഈ നഗരനിർമ്മാണത്തിന്റെ കാലവും പ്രാരംഭചരിത്രവും ഇപ്പോഴും സ്ഥാപിക്കപ്പെട്ടിട്ടില്ല. ഇവിടെനിന്നു കുഴിച്ചെടുത്ത അവശിഷ്ടങ്ങൾ ബി.സി. രണ്ടാം ശതകം മുതൽ എ.ഡി. ഒന്നാംശതകം വരെ നിലനിന്നിരുന്നതാണെന്ന് കണക്കാക്കപ്പെടുന്നു. അസ്സീറിയൻ കാലത്ത് ഈ സ്ഥലം ബദുക്കളുടെ പ്രധാന താവളമായിരുന്നുവെന്നതിനു സംശയമില്ല. പൗരാണികകാലത്ത് ഇന്ത്യയിൽനിന്നും ചൈനയിൽനിന്നും എത്തിയിരുന്ന സിൽക്, സുഗന്ധദ്രവ്യങ്ങൾ, മരം, പോർസലീൻ എന്നിവ ഹത്രയിലെ കച്ചവടക്കാർ ഒട്ടകപ്പുറത്തു കയറ്റി മറ്റു നാടുകളിലേക്കു കാരവൻവഴി എത്തിച്ചിരുന്നുവെന്ന് വിശ്വസിക്കപ്പെടുന്നു. റോമൻസാഹിത്യത്തിൽ ഹത്ര പ്രസിദ്ധമാണ്. ഹത്രക്കാർ യുദ്ധമുറകളിൽ നൈപുണ്യം

വേഷഭൂഷകളണിഞ്ഞ ഒരു സുന്ദരിപ്രതിമ

നേടിയവരായിരുന്നു. ട്രോജനേയും സെപ്റ്റിമസ്സിനേയും അവർ ചെറുത്തു നിൽക്കുകയുണ്ടായി. എ.ഡി. 270-ൽ സസ്സാനിയൻ രാജാവ് സപൂർ ഈ നഗരത്തെ പിടിച്ചടക്കുകയും നശിപ്പിക്കുകയുമുണ്ടായി.

ബാബിലോണിയൻ, അസ്സീറിയൻ, ഈജിപ്ഷ്യൻ എന്നീ പൗരാണിക സംസ്കാര സങ്കലനത്തിൽനിന്നുടലെടുത്തതാണ് ഹെല്ലനിസ്റ്റിക് സംസ്കാരം. മഹാനായ അലക്സാണ്ടർ ഈ നാടുകൾ പിടിച്ചടക്കിയപ്പോഴാണ് പ്രസ്തുത സംസ്കാരങ്ങളുടെ സങ്കലനമുണ്ടായത്. തൽഫലമായി എല്ലാ ജീവിതതുറകളിലും ചിന്താവിഭാഗങ്ങളിലും പുതിയ പ്രവണതകൾ കണ്ടുതുടങ്ങി. ആചാരം, വിശ്വാസപ്രമാണങ്ങൾ, കല, ശാസ്ത്ര സാമൂഹ്യ സാമ്പത്തിക തത്ത്വങ്ങൾ എന്നിവയിലെല്ലാം മാറ്റങ്ങളുണ്ടായി. ഈ മാറ്റങ്ങളുടെ മകുടോദാഹരണങ്ങൾ വിളിച്ചോതുന്നവയാണ് ഹത്രയിൽ കണ്ടെത്തിയ ചരിത്രാവശിഷ്ടങ്ങൾ. ക്രിസ്തുവിനുശേഷം രണ്ടാം നൂറ്റാണ്ടിലാണ് ഹത്ര പ്രസിദ്ധിയുടെ അത്യുന്നതിയിലെത്തിയത്. ഇക്കാലത്ത് ജനങ്ങൾ തിങ്ങിത്താമസിച്ചിരുന്നൊരു നഗരമായിരുന്നു ഇത്. ശക്തമായ മതിലുകളാലും കോട്ടയാലും സുരക്ഷിതമായൊരു നഗരം. അന്നു നിലനിന്നിരുന്ന സൂര്യക്ഷേത്ര (Temple of sun)ത്തിന്റെ അവശിഷ്ടങ്ങൾ ഇന്നും നമുക്കവിടെ കാണാം. ഹത്രയ്ക്ക് ഇക്കാലത്ത് അതിന്റേതായ രാജാക്കന്മാരും ഭരണകൂടവുമുണ്ടായിരുന്നു. ഇസ്ലാമിന്റെ ആവിർഭാവത്തിനു മുമ്പ് ഇപ്പോൾ മുസ്ലിംകളുടെ പുണ്യസ്ഥലമായ 'അകബ'യിൽ അന്നത്തെ ജനങ്ങൾ പൂജിച്ചുകൊണ്ടിരുന്ന പല ദൈവങ്ങളുടെയും വിഗ്രഹങ്ങൾ ഹത്രയിൽനിന്നു കൊണ്ടുപോയിരുന്നതാണെന്ന് ചില ചരിത്രകാരന്മാർ വിശ്വസിക്കുന്നു. പുരാവസ്തുഗവേഷകർ ഇവിടെനിന്നു കുഴിച്ചെടുത്ത നൂറ്റാണ്ടുകൾ പഴക്കമുള്ള വിഗ്രഹങ്ങളും ശില്പവേലകളും മനോഹരങ്ങളാണ്. മാർബിൾകൊണ്ടും ചുണ്ണാമ്പുകല്ലുകൾകൊണ്ടുമുണ്ടാക്കിയ ധാരാളം പ്രതിമകൾ ഹത്രയിലെ ക്ഷേത്രങ്ങളിൽനിന്നും കൊട്ടാരത്തിൽനിന്നും കണ്ടെടുക്കുകയുണ്ടായി. പടച്ചട്ടകളണിഞ്ഞ രാജാക്കന്മാരും വേഷവിഭൂഷിതകളായ സുന്ദരികളും കുലദൈവങ്ങളും ഈ പ്രതിമകളിലുൾപ്പെടുന്നു.

ഞങ്ങൾ ഹത്ര സന്ദർശിച്ച ദിനം ഇറാഖികളും വിദേശികളുമായ ധാരാളം സന്ദർശകരുണ്ടായിരുന്നു. അക്കൂട്ടത്തിൽനിന്നൊരു ഇറാഖി കുടുംബം ഞങ്ങളുടെയടുത്തു വന്നു കുശലങ്ങൾ ആരാഞ്ഞു. ഒരേ കുടുംബത്തിലെ അംഗങ്ങളായിരുന്നു. നാലഞ്ചു കാറുകൾ നിറയെയാണ് സ്ഥലത്തെത്തിയത്. ഗ്യാസ്കുറ്റികളും അടുക്കള സാമഗ്രികളും ഇറച്ചിയുമെല്ലാം അവർ കരുതിക്കൊണ്ടുവന്നിട്ടുണ്ട്. ഇത്തരം പിക്നിക്കുകൾ ഇറാഖികൾക്കിടയിൽ വസന്തകാലങ്ങളിൽ സാധാരണയാണ്. അവരിൽ ഒരു പെൺകുട്ടിക്ക് ഇന്ത്യാക്കാരിയുടെ മുഖച്ഛായയുണ്ടെന്നു ഞാനഭിപ്രായപ്പെട്ടപ്പോൾ അവരെല്ലാം അതംഗീകരിച്ചു. ഞങ്ങളെയവർ നിർബന്ധിച്ചു

പ്രാചീന നഗരമായ ഹത്ര

ചായ കുടിപ്പിക്കുകയും കബാബ് തീറ്റിക്കുകയും ചെയ്തു. ഞങ്ങളൊന്നിച്ചു ഫോട്ടോവും എടുത്തു. ഒരു പകൽ മുഴുവൻ ഞങ്ങൾ ഹത്രയിൽ ചെലവഴിച്ചു.

മറ്റൊരൊഴിവുദിനം. ഞങ്ങളുടെ പിക്നിക്ക് നിംറൂതിലേക്ക്. മൂസുളിൽ നിന്ന് 35 കി.മീ. അകലെയാണ് നിംറൂത്. ടൈഗ്രീസ് കരയിൽനിന്ന് അഞ്ച് കി.മീ. മാത്രം ദൂരെ സ്ഥിതിചെയ്യുന്ന ഈ സ്ഥലമായിരുന്നു അസ്സീറിയൻ ഭരണത്തിന്റെ പ്രസിദ്ധിയാർജ്ജിച്ച, 'കാലഹ്' എന്ന പേരിലറിയപ്പെട്ടിരുന്ന തലസ്ഥാനനഗരം. ബി.സി. ഒമ്പതും എട്ടും നൂറ്റാണ്ടുകളിൽ പരക്കെ അറിയപ്പെട്ടിരുന്ന ഈ നഗരം ശക്തമായ മതിലുകളാൽ സുരക്ഷിതമായിരുന്നു. അന്നത്തെ നഗരമതിലുകളിലെ കവാടങ്ങളുടെ അവശിഷ്ടങ്ങൾ ഇന്നും നമുക്കവിടെ കാണാം. ക്ഷേത്രങ്ങളുടെയും കൊട്ടാരങ്ങളുടെയും അടയാളങ്ങൾ ഇപ്പോഴും വ്യക്തമാണ്. ഈ നഗരം വികസിച്ചതും പ്രസിദ്ധിയാർജ്ജിച്ചതും ആഷൂർ നാസീർപാൽ (883-85 ബി.സി.) എന്ന രാജാവിന്റെ കാലത്തായിരുന്നു. അദ്ദേഹം ക്ഷേത്രങ്ങളും കൊട്ടാരങ്ങളും പണികഴിപ്പിച്ചു. നദിയിൽനിന്നു കനാൽമാർഗ്ഗം ഈ സ്ഥലത്തേക്കു വെള്ളമെത്തിച്ചു. അസ്സീറിയൻ രാജവാഴ്ചയുടെ തലസ്ഥാനമായി ഈ നഗരത്തെ സ്വീകരിച്ചതും അദ്ദേഹംതന്നെ. സർഗോൺ രാജാവിന്റെ കാലത്താണ് തലസ്ഥാനം പിന്നീട് നൈനവയിലേക്കു മാറ്റപ്പെട്ടത്.

പത്തൊമ്പതാം നൂറ്റാണ്ടിൽ ബ്രിട്ടീഷ് മ്യൂസിയത്തിന്റെ അധീനത്തിലാണ് പുരാവസ്തുഗവേഷകർ ഇവിടത്തെ ചരിത്രസത്യങ്ങൾ വെളിപ്പെടുത്തിയത്. മൂസുളിലേയും ബാഗ്ദാദിലേയും മ്യൂസിയങ്ങളിൽ നിംറൂതിൽ

നിന്ന് കണ്ടെടുത്ത പലതും പ്രദർശനത്തിനു വെച്ചിട്ടുണ്ട്. സിംഹാസന പീഠവും ആനക്കൊമ്പിൽ കൊത്തിയെടുത്ത ശില്പവസ്തുക്കളും നമ്മുടെ ശ്രദ്ധയെ പിടിച്ചുപറ്റുന്നു.

ഓരോ ഹ്രസ്വയാത്രകൾക്കു പുറപ്പെടുമ്പോഴും കുട്ടികളുടെ ഒരുക്കം അത്യാഹ്ലാദത്തോടെയാണ്. ഈ യാത്രകൾ ചരിത്രാവശിഷ്ടങ്ങളുടെ ഭണ്ഡാരത്തിലേക്കാവുമ്പോൾ അവർ പലപ്പോഴും നിരാശരാകുന്നു. അവരുടെ പരാതികൾ ഈ കല്ലും മണ്ണും ഇടിഞ്ഞുവീണ മതിലുകൾ കാണാനാണോ ഇവിടെ എത്തിയത്. ചിലപ്പോൾ വലിയവർക്കും ഈ തോന്നലുണ്ടാവാം. നൂറ്റാണ്ടുകൾക്കു പിറകിലേക്ക് ഭാവനയുടെ ചിറകുകളുയർത്തി പറന്നെത്താൻ പലർക്കും സാധിച്ചെന്നു വരില്ല. അതുകൊണ്ട് അടുത്ത ഞങ്ങളുടെ പിക്നിക്ക് തികച്ചും ഉല്ലസിക്കാനുപയോഗിച്ചു. ഇപ്രാവശ്യം ഞങ്ങളുടെ കൂട്ടിനുണ്ടായിരുന്നത് മുവഫക്കും കുടുംബവുമായിരുന്നു. മൂസുളിൽനിന്ന് ഒരു മണിക്കൂർ കാർ യാത്രയേ ബഅഷീക എന്ന സ്ഥലത്തേക്കുള്ളൂ. ഒലിവ് വൃക്ഷത്തോട്ടങ്ങൾക്കിടയിലുള്ളൊരു ഗ്രാമമാണ് ബഅഷീക. ഈ പ്രദേശത്തെ ജനങ്ങൾ പരമ്പരാഗതമായി പിശാചുക്കളെ പൂജിക്കുന്നവരാണ്. പിശാച് എന്നർത്ഥം വരുന്ന അറബി വാക്കാണ് 'ശൈതാൻ'. ഈ പ്രദേശത്തുകാർ അവരുടെ നിത്യസംഭാഷണങ്ങളിൽ പോലും 'ശ' എന്ന വാക്കുപയോഗിക്കുകയില്ല. മറ്റുള്ളവർ അവരോടു സംസാരിക്കുമ്പോൾ 'ശ' ഉപയോഗിക്കുന്നതവർക്കിഷ്ടവുമില്ല.

ഓരോ വർഷവും വസന്തകാലത്ത് ഒരു ദിവസം ഗ്രാമോത്സവമാണ്. ഈ ദിവസം ഈ ഗ്രാമമൊരു പട്ടണമായി മാറുന്നു. എല്ലാ റോഡുകളും ബഅഷീകയിലേക്ക്. കാറുകളുടെയും മറ്റു വാഹനങ്ങളുടെയും ഘോഷയാത്ര. ഞങ്ങളും പുറപ്പെട്ടത് ഈ ദിനംതന്നെ. ഗ്രാമീണരായ സ്ത്രീകളും പുരുഷന്മാരും വർണ്ണപ്പകിട്ടുള്ള പുടവകളണിഞ്ഞ് വട്ടമിട്ട് തൊട്ടുരുമ്മി, കൈകോർത്തു നൃത്തം ചവിട്ടുന്ന ദൃശ്യങ്ങളാണെല്ലായിടത്തും. നിറപ്പകിട്ടാർന്ന തലപ്പാവ് ധരിച്ച പുരുഷൻ പീപ്പിളി വായിക്കുകയും വാദ്യമേളക്കാർ 'ദബ്ബ്' മുട്ടുകയും ചെയ്യുന്നതിനനുസരിച്ചാണ് ദബ്ക്കനൃത്തം. കാണികളിലാർക്കും എപ്പോൾ വേണമെങ്കിലും ഈ നൃത്തത്തിൽ പങ്കുചേരാം. മനുഷ്യവലയത്തിനടുത്തെത്തി രണ്ടുപേരുടെ കൈകൾ പിടിച്ചാൽ മാത്രം മതി. കേരളത്തിലെ നാട്ടിൻപുറങ്ങളിലുണ്ടാവുന്ന വേനൽക്കാല ഉത്സവത്തിന്റെ പ്രതീതി ദബ്ക്ക നൃത്തത്തിനും കൈകൊട്ടിക്കളിക്കും സാദൃശ്യമുണ്ടെന്നു തോന്നുന്നു. ഈ യാത്ര കുട്ടികൾക്ക് വളരെ രസമായി. ഞങ്ങൾ ഒലീവ് വൃക്ഷത്തണലിലിരുന്ന് ഭക്ഷണങ്ങൾ പാകം ചെയ്യുകയും കഴിക്കുകയും ചെയ്തു. അവിടവിടെയായി ഒന്നിച്ചിരുന്നു ഭക്ഷണം പാകം ചെയ്യുകയും കളിച്ചുല്ലസിക്കുകയും ചെയ്യുന്ന ഇറാഖി കുടുംബങ്ങൾ. പലരുമായും പരിചയപ്പെട്ടു ചിരിക്കുന്ന മുഖങ്ങൾ. ഹൃദ്യമായ സ്വീകരണം.

ഭൂമിശാസ്ത്രപരമായി ഇറാഖിനെ മൂന്നായി തിരിക്കാം. ദക്ഷിണ പശ്ചിമഭാഗങ്ങളിലെ മരുഭൂമി പ്രദേശം, മദ്ധ്യഭാഗത്തുള്ള സമതലം, ഉത്തര

ഇറാഖിലെ മലമ്പ്രദേശങ്ങൾ എന്നിവയാണിവ. ജനങ്ങളുടെ ജീവിത രീതിക്കും ആകൃതി പ്രകൃതങ്ങൾക്കും അല്പസ്വല്പ വ്യത്യാസങ്ങളും ഈ പ്രദേശങ്ങളിൽ കാണാം. ഉത്തര ഇറാഖിലെ ജനങ്ങളിൽ നല്ലൊരു വിഭാഗം ഖുർദികളാണ്. ഇവരുടെ സംസാരഭാഷയും ഖുർദി തന്നെ. ഉറുദുവിലെ പല വാക്കുകളും ഈ ഭാഷയിലുണ്ട്. ഈ സ്ഥലത്തെത്തിയാൽ ഭാരതത്തിലെ ഒരു സംസ്ഥാനത്തിൽനിന്ന് മറ്റൊരു സംസ്ഥാനത്തിലെത്തിയ മാറ്റങ്ങൾ അനുഭവപ്പെടുന്നു. വടക്കുള്ള ഖുർദികൾ തെക്കുള്ള ഇറാഖികളുമായി അടുത്ത കാലംവരെ വലിയ മമതയിലായിരുന്നില്ല. തെക്കുള്ളവർ വടക്കുഭാഗത്തെ അവഗണിക്കുന്നുവെന്ന തോന്നൽ അവരിലുണ്ടായിരുന്നു. തെക്കേ ഇന്ത്യക്കാർക്ക് ഉത്തരേന്ത്യൻ ഭരണാധിപരോടുള്ള ആക്ഷേപങ്ങൾപോലെ. ചില അയൽരാജ്യങ്ങൾ ഖുർദികളെ ഇളക്കിവിടുകയും അവർക്ക് ആവേശം പകർന്നുകൊടുക്കുകയും ചെയ്തുകൊണ്ടിരുന്നു. തൽഫലമായി ചില സംഘട്ടനങ്ങളും നടക്കുകയുണ്ടായി. ഈ നില ഇപ്പോൾ മാറിയിട്ടുണ്ട്. ഇന്നത്തെ വിപ്ലവ സർക്കാർ ഖുർദികളുടെ ന്യായമായ അവകാശങ്ങൾ വകവെച്ചു കൊടുക്കുകയും പല തുറകളിലും അവർക്കു സ്വയം ഭരണാധികാരം നൽകുകയും ചെയ്യുകയുണ്ടായി. ഈ പ്രദേശങ്ങളിൽ ഇപ്പോൾ അദ്ഭുതാവഹമായ വികസന പ്രക്രിയകൾ നടന്നുകൊണ്ടിരിക്കുകയാണ്.

ഒരുമിച്ചു രണ്ടുമൂന്നു ദിവസങ്ങൾ ഒഴിവു കിട്ടിയപ്പോൾ ഞങ്ങൾ ഈ സ്ഥലങ്ങൾ സന്ദർശിക്കാൻ പുറപ്പെട്ടു. വാഹനം കാർതന്നെ. മൂസുളിൽ നിന്ന് ഒരു മണിക്കൂറോളം യാത്ര ചെയ്തപ്പോൾ ഞങ്ങൾ 'അർബിൽ' നഗരത്തിലെത്തി. അരക്കെട്ടും തലപ്പാവുമണിഞ്ഞ പുരുഷന്മാരെയും വർണ്ണപ്പകിട്ടുള്ള നീണ്ട പാവാടയണിഞ്ഞ സ്ത്രീകളേയും കണ്ടുതുടങ്ങി. സുന്ദരന്മാരും സുന്ദരികളും. ലോകത്തിലെ ഏറ്റവും പഴക്കംചെന്ന നഗരങ്ങളിലൊന്നാണ് അർബിൽ. ബി.സി. രണ്ടായിരം വർഷങ്ങൾ മുമ്പേ അർബിൽ അറിയപ്പെട്ടിരുന്നു. 331-ൽ മഹാനായ അലക്സാണ്ടറും പേർഷ്യൻ രാജാവും തമ്മിൽ യുദ്ധം നടന്നത് ഇവിടെവെച്ചായിരുന്നു. ചരിത്രകാരന്മാരും ഭൂമിശാസ്ത്രകാരന്മാരും പുരാതനകാലത്തേ രേഖപ്പെടുത്തിയിട്ടുള്ള സ്ഥലങ്ങളിലൊന്നാണിത്. ഈ നഗരത്തിന്റെ മുഖച്ഛായ ഇപ്പോൾ പാടേ മാറിയിട്ടുണ്ട്.

ഉത്തര ഇറാഖിൽ മൂസുളിനെ കഴിച്ചാൽ പ്രാധാന്യം 'കിർക്കുക്കി'ന്നാണ്. അടുത്തതായി ഞങ്ങളെത്തിയത് ഈ പട്ടണത്തിലാണ്. ലോകത്തിൽ ഏറ്റവുമധികം എണ്ണ കുഴിച്ചെടുക്കുന്ന സ്ഥലങ്ങളിലൊന്നാണിത്. ഇറാഖിലെ പ്രധാന എണ്ണക്കിണറുകളും ഇവിടെത്തന്നെ. എവിടെ നോക്കിയാലും ഗ്യാസ് ജ്വാലകൾ, എണ്ണശുദ്ധീകരണശാലകൾ. എണ്ണ കയറ്റിപ്പോകുന്ന നീണ്ടനീണ്ട ട്രക്കുകളും ട്രെയിലറുകളും. അസ്സീറിയൻ ഭരണകാലത്ത് ഉടലെടുത്ത ഈ നഗരം 1927 വരെ അധികമൊന്നും അറിയപ്പെട്ടിരുന്നില്ല. ഈ കൊല്ലത്തിലാണ് ഇവിടെ ആദ്യമായി എണ്ണ

കണ്ടെത്തിയത്. ഒട്ടോമൻ കാലത്ത് സ്ഥിതിചെയ്തിരുന്ന ഒരു കോട്ടയും ഇവിടെയുണ്ട്. നഗരം ചുറ്റിക്കണ്ടശേഷം ഞങ്ങൾ സുലൈമാനിയ യിലേക്കു തിരിച്ചു.

സമുദ്രവിതാനത്തിൽനിന്ന് 900 മീറ്റർ ഉയരത്തിലാണ് ഈ പട്ടണം. ഉയർന്നു താഴ്ന്നുപോകുന്ന പർവതനിരകൾക്കിടയിലുള്ള നഗരം. വസന്ത കാലമായിട്ടും നല്ല തണുപ്പ്. ഇപ്പോഴും മഞ്ഞിൽ മൂടിക്കിടക്കുന്ന മലകൾ. കാടുകൾക്കും പഴത്തോട്ടങ്ങൾക്കും പ്രസിദ്ധമാണീ നഗരം. 1780-ൽ തുർക്കി ഗവർണരായിരുന്ന സുലൈമാൻ പാഷ സംവിധാനം ചെയ്ത് പണിതീർത്ത ഈ നഗരം ഇറാഖിലെ ആധുനിക നഗരങ്ങളിലൊന്നായി ത്തീർന്നിട്ടുണ്ട്. സുലൈമാനിയ സർവ്വകലാശാല സ്ഥിതിചെയ്യുന്നതും നഗരത്തിന്റെ ഹൃദയഭാഗത്തുതന്നെ. ഇവിടെയും ധാരാളം ഇന്ത്യൻ അദ്ധ്യാപകരുണ്ട്. പക്ഷേ, ഞങ്ങളെ ഏറ്റവും ആകർഷിച്ചത് ഇവിടെയുള്ള മലയാളികളായിരുന്നു. മൂസുളിൽ, വീട്ടിലൊഴികെ മലയാളം പറയാനുള്ള അധികസന്ദർഭങ്ങളൊന്നും കിട്ടാറില്ല. ഇവിടെവെച്ച് പാലക്കാട്ടുകാരനായ ശൈഖ് മുഹമ്മദിനെയും കാലിക്കറ്റ് റീജനൽ എഞ്ചിനീയറിംഗ് കോളേജിൽ നിന്നെത്തിയ പ്രൊഫ. പിള്ളയേയും കുടുംബത്തേയും മറ്റു പല മലയാളികളെയും പരിചയപ്പെട്ടു. കൂട്ടത്തിൽ അപരിചിതമായൊരു പരിചിതമുഖം. ഞങ്ങൾക്ക് തമ്മിൽ മനസ്സിലാവാൻ അധികസമയമെടു ത്തില്ല. ഇരുപത്തിരണ്ട് വർഷങ്ങൾക്കുമുമ്പ് ഫറൂഖ് കോളേജിൽ അറബി

സർച്ചിനാർ ഉദ്യാനം

സദ്ദാമിന്റെ നാട്ടിൽ

ക്ലാസിൽ ഒരുമിച്ചിരുന്നു പഠിച്ച ബീരാൻകുട്ടി. അതിനുശേഷം ഞങ്ങൾ കണ്ടിട്ടില്ല.

ഇന്ന് ഈ അറബി മണ്ണിൽവെച്ചു കണ്ടുമുട്ടിയപ്പോൾ അന്നത്തെ അറബിപാഠങ്ങൾ ഞങ്ങളോർമ്മിച്ചു. കഞ്ഞിയും ചെറുപയറും പ്രാതൽ കഴിച്ചു കലാലയത്തിലേക്കു പോകുന്ന സ്മരണകൾ നുണഞ്ഞപ്പോൾ എന്തൊരു രസമായിരുന്നു. എഞ്ചിനീയറിംഗിൽ ഡോക്ടർ ബിരുദം എടുത്ത ഡോ. ബീരാൻകുട്ടി ഇപ്പോൾ സുലൈമാനിയ സർവ്വകലാശാലയിൽ സേവനമനുഷ്ഠിക്കുന്നു. മിസ്സിസ് പിള്ളയുടെ മത്സ്യക്കറിയും മിസ്സിസ് ബീരാൻകുട്ടിയുടെ പത്തിരിയും ശ്രീമതി ശൈഖിന്റെ വെള്ളപ്പവും മിസ്സിസ് ജലാലുദ്ദീന്റെ ബിരിയാണിയുമെല്ലാം കഴിച്ച് സുലൈമാനിയ വിട്ടപ്പോൾ ഒഴിവുകാലത്ത് കേരളം സന്ദർശിച്ച് തിരിച്ചുപോരുന്ന അനുഭൂതിയാണുണ്ടായത്.

സുലൈമാനിയയ്ക്കടുത്തുള്ള ചില ഗുഹകളിൽ പ്രാചീനമനുഷ്യർ അമ്പതിനായിരം കൊല്ലങ്ങൾക്കുമുമ്പ് താമസിച്ച അടയാളങ്ങൾ ഗവേഷകർ കണ്ടെത്തുകയുണ്ടായി. നഗരത്തിനടുത്തുള്ള സർച്ചിനാർ ഉദ്യാനത്തിൽ ഒഴിവുദിവസങ്ങളിൽ സന്ദർശകരുടെ തിരക്കു കാണാം. ഇവിടത്തെ തടാകത്തിലെ നീരൊഴുക്കിന് ചികിത്സാശക്തിയുണ്ടെന്ന് ചിലർ വിശ്വസിക്കുന്നു.

ബാഗ്ദാദിലെ ദൃശ്യങ്ങൾ

ടൈഗ്രീസിലെ ജലനിരപ്പ് വീണ്ടും കുറഞ്ഞുകുറഞ്ഞുതുടങ്ങി. ഒഴുക്കിന് ശക്തി കുറഞ്ഞു. സായാഹ്നവേളയിൽ നദിക്കരയിലെ ജനപ്പെരുപ്പം കൂടിക്കൂടിക്കൊണ്ടിരുന്നു. നദിയിൽ അങ്ങിങ്ങായി വട്ടമിട്ടിരുന്ന വള്ളങ്ങളും വഞ്ചികളും കരയ്ക്കണിഞ്ഞു. നദിവക്കിലെ റോഡുകളിൽ വാഹനങ്ങൾ പെരുകിവന്നു. വസന്തകാലം അകത്തേക്കു വലിയുമ്പോൾ വേനൽക്കാലത്തിന്റെ വരവായി. പൂർണിമരാവുകളിൽ നദിക്കരയിലെ പൂങ്കാവനങ്ങളിൽ എന്തൊരു തിരക്കാണ്. പാതിരാവുവരെ ജനങ്ങൾ കളിച്ചുല്ലസിച്ചിരിക്കുന്നു. അറേബ്യൻനാടുകളിൽ പകലിനേക്കാൾ പ്രസക്തി രാവുകൾക്കാണെന്നു തോന്നുന്നു. ഏതുകാലത്തും പകലിനേക്കാൾ പ്രസന്നമാണ് രാവുകൾ. അറബിക്കഥകൾ രാവുകളിൽ ജന്മമെടുക്കാൻ ഇതൊരു കാരണമായിരിക്കാം. ആയിരത്തൊന്നു രാവുകളുടെ ഓർമ്മ ബാഗ്ദാദിനെക്കുറിച്ചുള്ള സമരണകളുണർത്തുന്നു.

ബാഗ്ദാദ് നഗരം

ഇറാഖിലെത്തി രണ്ടുവർഷമായപ്പോഴാണ് ബാഗ്ദാദും പരിസരങ്ങളും വിശദമായി ഞങ്ങൾ സന്ദർശിച്ചത്. 1977-ലെ വേനൽക്കാല ഒഴിവ് - ജൂലായ് മുതൽ സെപ്തംബർ വരെ - ഇറാഖ് സന്ദർശനത്തിനു പയോഗിച്ചു. ഉല്ലാസയാത്രകളും തീർത്ഥാടനങ്ങളും ചരിത്രദർശനങ്ങളു മുൾക്കൊള്ളുന്ന ഈ യാത്ര മൂസുളിൽനിന്ന് തുടങ്ങി ബാഗ്ദാദും ബാബി ലോണും കർബലായും പിന്നിട്ട് ബസ്റയിൽ തട്ടിത്തിരിഞ്ഞു ഉത്തര ഇറാഖിലെ വേനൽക്കാല സുഖവാസസ്ഥലങ്ങളിൽ തങ്ങി തിരിച്ചെത്തിയ പ്പോഴേക്ക് ആഴ്ചകൾ കടന്നുപോയതറിഞ്ഞില്ല. സ്വന്തം കാറുണ്ടെങ്കിൽ ഇവിടെ യാത്ര സുഖകരമാണ്. ആദായവും. പെട്രോളിന് വിലക്കുറവ് പ്രധാന ഇടങ്ങളിലൊക്കെ താമസിക്കാൻ ഹോട്ടലുകളോ ടൂറിസ്റ്റ് വീടു കളോ ലഭിക്കും. ഇന്ത്യൻ നിലവാരത്തിൽ ഈ താമസങ്ങൾക്ക് ചെലവു കൂടുതലാണെന്നു തോന്നാമെങ്കിലും ഇവിടത്തെ വരവിനെ അപേക്ഷിച്ചു നോക്കുമ്പോൾ ആദായകരമാണ്.

മൂസുളിൽനിന്ന് 400 കി.മീ. അകലെയാണ് ബാഗ്ദാദ്. രണ്ടു നഗര ങ്ങളെയും ബന്ധിപ്പിക്കുന്ന ഹൈവേയിൽ എപ്പോഴും തിരക്കുപിടിച്ച ഗതാ ഗതമാണ്. റോഡരികിൽ അവിടവിടെയായി കാറുകളുടെ അസ്ഥികൂട ങ്ങൾ കിടക്കുന്നതായിക്കാണാം. ഇടിഞ്ഞുപൊളിഞ്ഞ വാഹനങ്ങൾ. ഓരോ ദിനവും എത്ര എത്ര അപകടങ്ങൾ ഇവിടെ സംഭവിക്കുന്നു. മാർഗ്ഗ മദ്ധ്യേ 'സാമർറ' എന്ന സ്ഥലത്ത് ഞങ്ങളല്പം വിശ്രമിച്ചു. സന്ദർശക പ്രാധാന്യമുള്ളൊരു സ്ഥലമാണിത്. പതിമ്മൂന്നാം നൂറ്റാണ്ടിൽ പണി തീർത്ത ഇവിടത്തെ സുവർണ്ണ പള്ളിയുടെ മിനാരം പത്തുപതിനഞ്ച് കി. മീ. വിദൂരത്തിൽ നിന്നേ നമ്മെ സ്വാഗതം ചെയ്യുന്നു. സൂര്യപ്രകാശം തട്ടിക്കളിക്കുന്ന പള്ളിയുടെ സുവർണ മിനാരം കണ്ണഞ്ചിപ്പിക്കുന്നൊരു കാഴ്ചയാണ്. ടൈഗ്രീസിന്റെ കിഴക്കേകരയിൽ സ്ഥിതിചെയ്യുന്ന ഈ നഗരം അബ്ബാസിയ ഭരണകാലത്തെ തലസ്ഥാനങ്ങളിലൊന്നായിരുന്നു. മുസ്ലീംകൾക്കിടയിലെ ഷിയാവി ഭാഗക്കാരുടെ ഒരു പ്രധാന തീർത്ഥാ ടന കേന്ദ്രമാണീ പള്ളി. ഇവിടത്തെ മറ്റൊരു കാഴ്ച എട്ടാംനൂറ്റാണ്ടിൽ പണിതീർത്ത വളഞ്ഞ ഗോപുരമാണ്. ഗോപുരത്തിന്റെ മുകളിലെ തട്ടുകൾ വലുപ്പം കുറഞ്ഞു കുറഞ്ഞു പോകുന്നു. ഇവയൊക്കെ അല്പം ചുറ്റിക്കണ്ടശേഷം ഞങ്ങൾ ബാഗ്ദാദിലേക്കു യാത്രയായി.

ബാഗ്ദാദിന്റെ പ്രസിദ്ധി പരന്നത് അബ്ബാസിയ ഭരണാധികാരി ഹാറൂ നുൽ റശീദിന്റെ കാലത്താണ്. എങ്കിലും ഈ നഗരം പടുത്തുയർത്തി യത് അദ്ദേഹത്തിന്റെ മുൻഗാമി ഖലീഫ അൽമൻസൂറായിരുന്നു. പഴയ നഗരം വൃത്താകൃതിയിലായിരുന്നു. വലിയ വൃത്തത്തിനുള്ളിൽ രണ്ടു ചെറിയ വൃത്തങ്ങൾ. ഏറ്റവും ഉള്ളിലെ വൃത്തത്തിൽ രാജധാനി. അടുത്ത തിൽ പട്ടാളം. മൂന്നാമത്തേതിൽ ജനത. ഇന്നത്തെ ബാഗ്ദാദ് ടൈഗ്രീ സിന്റെ ഇരുകരയിലും പടർന്നു പന്തലിച്ചിരിക്കുന്നു. ഉയർന്നുയർന്നു പോകുന്ന കൂറ്റൻ കെട്ടിടങ്ങൾ, വീതികൂടിയ പാതകൾ, ഷോപ്പിംഗ് കേന്ദ്രങ്ങൾ, ടൈഗ്രീസിനു മീതെയുള്ള പാലങ്ങൾ, ആധുനികരീതിയിൽ

സംവിധാനം ചെയ്ത പാർപ്പിട കോളനികൾ, പൂങ്കാവനങ്ങൾ, സർവ്വകലാശാലകളും കലാലയങ്ങളും നൂറ്റാണ്ടുകൾ പഴക്കമുള്ള കെട്ടിടങ്ങളും സ്മാരകങ്ങളും ഈ ആധുനിക ഹർമ്മ്യങ്ങൾക്കിടയിൽ ഇന്നും തല പൊക്കിനിൽക്കുന്നതായി കാണാം.

ആയിരമായിരം തീർത്ഥാടകരെയാകർഷിച്ചുകൊണ്ടിരിക്കുന്ന പള്ളികളും പുണ്യവാന്മാരുടെ അന്ത്യവിശ്രമ ഇടങ്ങളും അവിടവിടെയായി പൂത്തുകുലച്ചു നിൽക്കുന്ന ഈന്തപ്പനകളും സന്ദർശകന്റെ ശ്രദ്ധ പിടിച്ചു പറ്റും. പാശ്ചാത്യരീതിയിൽ വേഷമണിഞ്ഞ സുന്ദരന്മാർക്കും സുന്ദരികൾക്കുമിടയിൽ പഴയ തലമുറകളെയോർമ്മിപ്പിക്കുന്ന തലപ്പാവും നീളൻ കുപ്പായവുമണിഞ്ഞ വിരലിലെണ്ണാവുന്ന ചിലരേയും കാണാം. നഗരത്തിന്റെ ഓരോ കവലയിലും പ്രധാന കോണുകളിലും വിപ്ലവസർക്കാർ സ്ഥാപിച്ചിട്ടുള്ള സ്മാരകങ്ങൾ നമ്മുടെ ശ്രദ്ധ പ്രത്യേകം പിടിച്ചുപറ്റുന്നു. ചരിത്രസത്യങ്ങളും ശില്പകലാവിരുതും ഒരുപോലെ വിളിച്ചോതുന്നവയാണിവ.

ഞങ്ങളുടെ ബാഗ്ദാദ് ദർശനം തുടങ്ങിയത് ജീലാനി പള്ളിയിൽനിന്നായിരുന്നു. ശൈഖ് അബ്ദുൽ ഖാദർ ജീലാനി ആഫ്രിക്ക, ഇന്ത്യ, പാക്കിസ്താൻ, ബംഗ്ലാദേശ് എന്നീ പ്രദേശങ്ങളിൽ പ്രത്യേകിച്ചും പ്രസിദ്ധനായൊരു ദിവ്യപുരുഷനായിരുന്നു. അദ്ദേഹത്തിന് ദിവ്യശക്തിയുണ്ടെന്നു വിശ്വസിക്കുന്നവർ ഈ പ്രദേശങ്ങളിൽ ധാരാളമുണ്ട്. ജീലാനി അന്ത്യവിശ്രമം കൊള്ളുന്ന ഈ പള്ളിയിൽ എപ്പോഴും തീർത്ഥാടകരുടെ തിരക്കാണ്. ഇവിടെവെച്ച് പ്രാർത്ഥിച്ചാൽ ഉദ്ദിഷ്ടസാദ്ധ്യമുണ്ടാകുമെന്ന വിശ്വാസമാണ് പലരേയും ഇങ്ങോട്ടാകർഷിക്കുന്നത്. ഈ പള്ളിക്കകത്തു പ്രവേശിച്ചപ്പോൾ എനിക്കു പഴയ ഒരനുഭവം ഓർമ്മവന്നു.

കേരളത്തിലെ സുന്നിവിഭാഗ മുസ്ലിംകൾക്കിടയിൽ പ്രചാരത്തിലുള്ളൊരു അറബി ഗ്രന്ഥമുണ്ട്. ‘കുത്ത്-ബിയത്ത്’ അബ്ദുൽ ഖാദർ ജീലാനിയുടെ പ്രകീർത്തനങ്ങളാണ് ഇതിലെ ഇതിവൃത്തം. പുണ്യദിന രാവുകളിൽ ചില പള്ളികളിൽ ഈ ഗ്രന്ഥപാരായണമുണ്ടാവും. കുറേ ആളുകളൊരുമിച്ച് ഇതിലെ പദ്യങ്ങൾ ഉച്ചത്തിൽ ഉരുവിടുമ്പോൾ ശൈഖ് ജീലാനി സ്ഥലത്തെത്തി അവരെ ആശീർവദിക്കുമെന്നും ചിലർ കരുതുന്നു. എന്റെ വീട്ടിന്നടുത്തുള്ളൊരു പള്ളിയിൽ ഒരു രാവിൽ ‘കുത്ത് ബിയത്ത’ നടന്നു. അബ്ദുൽഖാദർ ജീലാനിയുടെ നാമമാവർത്തിച്ചു നിലവിളിക്കുന്ന ഭക്തന്മാർ അരിപ്പൊടി പരത്തിയ ഒരു പായയ്ക്ക് വട്ടമിട്ടാണ് നിൽക്കുന്നത്. സ്വയം മറന്നുള്ള ഹരേകൃഷ്ണ വിളിപോലെ. ഒരു നിമിഷം വിളക്കണഞ്ഞു. വെളിച്ചം വന്നപ്പോൾ അരിപ്പൊടിയിൽ ഒരു കാലടയാളം. എല്ലാവരും പ്രസന്നരായി. ശൈഖിന്റെ പ്രസാദമുണ്ടായിരിക്കുന്നു. അദ്ദേഹത്തിന്റെ തൃപ്പാദം പൊടിയിൽ പതിഞ്ഞിരിക്കുന്നു. എനിക്കൊരു സംശയം. ഞാനത് പ്രകടിപ്പിച്ചു. വട്ടമിട്ടുനിന്നിരുന്ന ആരെങ്കിലും കാൽ വെച്ചതായിക്കൂടെ? പള്ളിയിലെ പ്രധാനി കോപാകുലനായി എന്നെ

നോക്കി. "കുട്ടീ ഈ പ്രായത്തിൽതന്നെ ഇത്തരം നിഷിദ്ധസംശയങ്ങളുണ്ടാവരുത്." പിന്നീട് ഇത്തരം സംശയങ്ങൾ എന്നിൽ കൂടിക്കൂടി വരികയാണുണ്ടായത്.

പള്ളിയിൽ കടന്നപ്പോൾ ഭാരതത്തിലെ ഏതെങ്കിലും 'ദർഘ'യിലെത്തിയ പ്രതീതിയാണുണ്ടായത്. ദേവായപാലകരൊക്കെ ഉറുദുവും ഹിന്ദിയും സംസാരിക്കുന്നു. കൈമടക്ക് കിട്ടലാണ് എല്ലാവരുടെയും ഉദ്ദേശ്യം. ചില ബംഗാളികളെയും ആഫ്രിക്കക്കാരെയും ഞങ്ങളവിടെ വെച്ചു കണ്ടു. ചിലർ വാതിലിൽ തലയിടിച്ചു പ്രാർത്ഥിക്കുന്നു. മറ്റു ചിലർ ഖുർആൻ പാരായണം ചെയ്യുന്നു. പള്ളിക്കകത്തു കൊത്തുപണികളും സുന്ദരമായ തൂക്കുവിളക്കുകളുമാണ് എന്നെ ആകർഷിച്ചത്. പ്രാർത്ഥനാസ്വാതന്ത്ര്യം ഭാര്യയ്ക്ക് വിട്ടുകൊടുത്തു.

പള്ളിയിൽനിന്നിറങ്ങി അധികം താമസിയാതെ ഞങ്ങൾ 'അൽറഷീദ് തെരുവിലെത്തി. ഹാറുദുൽ റഷീദിന്റെ നാമത്തിലറിയപ്പെടുന്ന ഈ തെരുവ് ബാഗ്ദാദ് നഗരത്തിലെ പ്രധാന ഷോപ്പിംഗ് കേന്ദ്രമാണ്. ആയിരത്തൊന്നു രാവുകളുടെ ഗന്ധം പരത്തുന്ന ഈ തെരുവിപ്പോൾ ലണ്ടനിലേയോ ന്യൂയോർക്കിലേയോ വാണിജ്യകേന്ദ്രങ്ങളോടു താരതമ്യപ്പെടുത്താവുന്നതാണ്. വിദേശനിർമ്മിത വസ്തുക്കൾക്കിടയിൽ പലേടത്തും ഇന്ത്യൻ നിർമ്മിതസാധനങ്ങളും പ്രദർശിപ്പിക്കപ്പെട്ടിട്ടുണ്ട്. ചുവന്ന ഇരട്ടത്തട്ടു ബസ്സുകൾ റോഡിലൂടെ നീങ്ങിക്കൊണ്ടിരിക്കുന്നു. കുട്ടികൾ കാറിലിരുന്നു കാഴ്ചകൾ വിവരിച്ചുകൊണ്ടിരുന്നു. "ഇതാ ഇവിടെ ഹിന്ദി സിനിമയുടെ പോസ്റ്റർ; സാരിയുടുത്ത സ്ത്രീകൾ പോകുന്നു. അവരെ കണ്ടിട്ട്

ശൈഖ് അബ്ദുൽ ഖാദർ ജീലാനി പള്ളി

മലയാളികളെപ്പോലെയുണ്ട്." നഗരത്തിൽ കാറോഡിക്കുമ്പോൾ അല്പം പോലും ശ്രദ്ധതിരിക്കാൻ പറ്റില്ല. അല്പമൊന്നു തെറ്റിയാൽ ഉരസലായി. അതുകൊണ്ട് വഴിവക്കിലെ സംഭവങ്ങൾ കുട്ടികളുടെ വിവരണത്തിൽ നിന്നേ മനസ്സിലാക്കാൻ പറ്റൂ.

ബാഗ്ദാദിൽ ധാരാളം മലയാളികൾ കുടുംബസമേതം താമസിക്കുന്നുണ്ട്. ദാസ് കുടുംബത്തെപ്പറ്റി ഇതിനു മുമ്പ് പ്രസ്താവിച്ചിട്ടുണ്ടല്ലോ. ഇവിടത്തെ ഏറ്റവും പഴക്കംചെന്ന മലയാളി മിസ്റ്റർ എം.ആർ. നായരാണെന്നു തോന്നുന്നു. ഞങ്ങൾ ബാഗ്ദാദിൽ ചെല്ലുമ്പോഴൊക്കെ നായർ കുടുംബത്തിന്റെ ആതിഥ്യം സ്വീകരിക്കാറുണ്ട്. എലക്ട്രിക്കൽ എഞ്ചിനീയറായ അദ്ദേഹമിപ്പോൾ ഇൻഡസ്ട്രീസ് മിനിസ്ട്രിയിലെ ഒരുയർന്ന ഉദ്യോഗസ്ഥനാണ്. ഭാരതസർക്കാർ മുഖേന ഇവിടെ എത്തുന്ന വിദഗ്ധരിലധികവും ദൽഹിയെ ചുറ്റിപ്പറ്റിയുള്ളവരാവുകയാണ് പതിവ്. മലയാളി വിദഗ്ധർ ആദ്യമായി ഇറാഖിലെത്തിയത് മി. നായരുടെ ശ്രമഫലമായിട്ടാണെന്ന് പലരും പറഞ്ഞുകേട്ടിട്ടുണ്ട്. അദ്ദേഹത്തിൽനിന്നു മറ്റൊരു നായരെപ്പറ്റിയുള്ള വിവരങ്ങളറിയാൻ കഴിഞ്ഞു. അഹമ്മദ് നായർ. ഇദ്ദേഹം ഇപ്പോൾ പെൻഷൻ പറ്റിയ ഒരു എഞ്ചിനീയറാണ്. കർബലാ എന്ന സ്ഥലത്ത് കുടുംബസമേതം ഇറാഖി പൗരനായി താമസിക്കുന്നു. കൊല്ലങ്ങൾക്കു മുമ്പ് ശ്രീ. നായർ ഇറാഖിലെത്തി. അഹമ്മദ് എന്ന പേർ സ്വീകരിച്ചപ്പോൾ അഹമ്മദ് നായരായി. ഇറാഖി സ്ത്രീയ വിവാഹം കഴിച്ചു. അബു ഇബ്രാഹിം എന്ന പേരിലും ഇദ്ദേഹമറിയപ്പെടുന്നു. മലയാളഭാഷ ഇന്നും അദ്ദേഹത്തിന് പ്രിയങ്കരമാണ്. പുരാതനശൈലിയിൽ സംസാരിക്കുന്നതിഷ്ടമാണ്. വെൺമണിക്കവിതകളും പട്ടണം പൊടിയും അഹമ്മദ്നായർക്കിഷ്ടമുള്ള രണ്ട് വസ്തുക്കളാണത്രെ. ഈ സഹൃദയനെ നേരിട്ടു കാണാൻ ഈ യാത്രയിലെനിക്ക് പറ്റിയില്ലെന്നത് ഒരു ഖേദമായവശേഷിക്കുന്നു.

ഖാദിമൈൻ പള്ളിയുടെ സുവർണ്ണമിനാരങ്ങളും അബ്ബാസിയ അരമനയും പന്ത്രണ്ടാം നൂറ്റാണ്ടിൽ സ്ഥാപിതമായ അൽമുസ്തൻസരിയ്യാ കലാലയവുമെല്ലാം സന്ദർശിച്ചാസ്വദിച്ചുകൊണ്ടിരുന്നപ്പോൾ കുട്ടികൾ നിരാശരായിക്കൊണ്ടിരിക്കുകയായിരുന്നു. ഒരു വൈകുന്നേരം ഞങ്ങൾ ലൂനാ പാർക്കിലേക്കു തിരിച്ചു. കുട്ടികളുടെ സന്തോഷം പറഞ്ഞറിയിക്കണ്ട. ഇവിടെ മുതിർന്നവർക്കും കളിച്ചുല്ലസിക്കാനുള്ള ഏർപ്പാടുകളുണ്ട്. ആധുനികരീതിയിൽ സജ്ജീകരിക്കപ്പെട്ടിട്ടുള്ള ഈ പാർക്കിന്നകത്ത് കടന്നാൽ സമയവും സമ്പാദ്യവും ഒരുപോലെ ചെലവഴിയുന്നതറിയുകയില്ല. എലക്ട്രിക് വയറിൽ തൂക്കിയ ട്രോളിയിൽ കയറി ഉയർന്നുപൊങ്ങി സഞ്ചരിച്ചപ്പോൾ ഹെലികോപ്ടറിൽ കയറി വിഹഗവീക്ഷണം നടത്തുന്ന അനുഭവം. ബാഗ്ദാദ് നഗരം ഇപ്പോഴും വൃത്താകൃതിയിൽത്തന്നെയാണോ? ദീപാലംകൃതമായ നഗരത്തിൽ ടൈഗ്രീസ് നദി ഒരു ഇടവഴിയായി മാറുന്നു. കുട്ടികൾക്ക് സ്വയം കാറോടിക്കാനും

ഹെലികോപ്പ്ടറിൽ സഞ്ചരിക്കാനും തീവണ്ടി സഞ്ചാരത്തിനും മറ്റുമുള്ള ഏർപ്പാടുകൾ ഈ പാർക്കിന്നകത്തുണ്ട്.

ബാഗ്ദാദിൽ എന്നെ ഏറ്റവും ആകർഷിച്ചത് രാത്രിയിലെ അബൂനവാസ് തെരുവാണ്. ടൈഗ്രീസ് കരയിലുള്ള ഈ തെരുവിൽ ഉടനീളം ദീപാലംകൃതമായ കാസിനോകളുണ്ട്. ഉടുത്തൊരുങ്ങിയ ഒരു പുതുപെണ്ണിന്റെ മോടിയും ധാടിയുമുണ്ടീ തെരുവിന്. എപ്പോഴും ജനത്തിരക്ക്. കബാബിന്റെ മണവും ഉമ്മുകുൽസുവിന്റെ ഗാനമാധുരിയും ഇവിടെയും ഒന്നിച്ചുചേരുന്നു. ടൈഗ്രീസിൽനിന്നു പിടിച്ച മത്സ്യങ്ങൾ വിറകിലിട്ടു വേവിച്ചെടുക്കുന്ന ദൃശ്യങ്ങൾ കാണാനെന്തൊരു രസമാണ്. രുചികരമായ ഈ പാചകം 'മസ്ഗുഫ്' എന്ന പേരിലറിയപ്പെടുന്നു. അബുനവാസ് തെരുവിലെ ടൈഗ്രീസ് കരയിൽ മസ്ഗുഫ് ദൃശ്യം വേനൽക്കാല രാവുകളിൽ സർവ്വസാധാരണമാണ്; പാചകം കഴിഞ്ഞ് അത് അനുഭവിക്കാൻ കാത്തുനിൽക്കുന്ന ഇറാഖികളുടെയും.

കർബല, കൂഫ, ബാബിലോൺ എന്നീ സ്ഥലങ്ങൾ കാണാൻ ഞങ്ങൾ ഒരു ദിവസം ചെലവഴിച്ചു. ബാഗ്ദാദ് നഗരം വിട്ടപ്പോൾ എന്തൊരു മാറ്റം. ഇറാഖിന്റെ മറ്റൊരു മുഖച്ഛായ. പച്ചപിടിച്ച കൃഷിസ്ഥലങ്ങൾ. ഇടതൂർന്നുനിൽക്കുന്ന ഈന്തപ്പനത്തോട്ടങ്ങൾ. അനന്തതയിലേക്ക് പരന്നുകിടക്കുന്ന നെൽപ്പാടങ്ങൾ കുട്ടനാടൻ കൃഷിസ്ഥലങ്ങളെ അനുസ്മരിപ്പിക്കും. പാടങ്ങൾക്ക് അമൃത് നൽകി പാഞ്ഞുപോകുന്ന ചോലകൾ. വീതികൂടിയ വരമ്പുകളിൽ ഈന്തപ്പനകൾ കുലച്ചുനിൽക്കുന്നു. ഒരു നിമിഷം ഞാനോർത്തു. അറേബ്യൻ മണലാരണ്യത്തെവിട്ട് കേരളത്തിലെത്തിയോ? ഉത്തരഇറാഖിൽ ചില സ്ഥലങ്ങളിലും ഇത്തരം കൃഷിസ്ഥലങ്ങൾ കാണുകയുണ്ടായിട്ടുണ്ട്. പക്ഷേ, തെങ്ങിൻതോപ്പുകളെപ്പോലെ കൂടിനിൽക്കുന്ന ഈന്തപ്പനത്തോട്ടങ്ങൾ ദക്ഷിണഇറാഖിലേ കാണൂ. ഈ സ്ഥലങ്ങളിൽ നെല്ലും ഗോതമ്പും കൃഷിചെയ്യുന്നു.

ബാഗ്ദാദിലെ ഈന്തപ്പനത്തോട്ടം

ഇറാഖിലെ അമ്പർ, അഖ്റാവി എന്നീ തരം അരികൾ വസുമതിയെപ്പോലെ ലോകപ്രസിദ്ധിയാർജ്ജിച്ചവയാണ്. റോഡരുകിലെ ഒരു ഈന്തപ്പന തോട്ടത്തിൽ പഴം പറിക്കുന്നതു കണ്ടു. തെങ്ങുകയറ്റംപോലെ ഈന്തപ്പനക്കയറ്റം എന്നു വിളിക്കാം. തളപ്പില്ലാതെയാണ് കയറുന്നത്. മുകളിലെത്തിയാൽ പഴക്കുല വെട്ടി അരയിൽ കെട്ടിയ കുട്ടയിലിടുന്നു. ഞാൻ കാർ നിർത്തി. കയറ്റക്കാരൻ ഞങ്ങളെ നോക്കി ചിരിച്ചു. "അഹ്ലൻ വസഹ്ലൻ" പറഞ്ഞു: ഇന്ത്യക്കാരാണോ പാകിസ്താനികളോ. ഇന്ത്യക്കാർ. വീണ്ടും "അഹ്ലൻ വസഹ്ലൻ." അയാൾ ഒരു കുല വെട്ടി ഞങ്ങൾക്കു നേരെയിട്ടു. കുട്ടികൾക്ക് രസം. വലിയവർക്ക് മധുരവും. എന്നോട് വായ തുറക്കാനയാൾ ആംഗ്യം കാണിച്ചു. ഞാനനുസരിച്ചു. ഒരു പഴം അയാൾ മുകളിൽനിന്നെന്റെ വായിലേക്കിടാൻ ശ്രമിച്ചു. പത്തുപന്ത്രണ്ട് തവണ ആവർത്തിച്ചപ്പോൾ ശ്രമം ഫലിച്ചു. കുട്ടികളുടെ കൈയടി, വയസ്സന്റെ പൊട്ടിച്ചിരി. ഞങ്ങൾക്ക് ദൈവത്തിന്റെയനുഗ്രഹമുണ്ടാവട്ടെ എന്നയാൾ പ്രാർത്ഥിച്ചു യാത്ര പറഞ്ഞു.

പെട്ടെന്നാണ് പാടങ്ങളും പച്ചപ്പും അപ്രത്യക്ഷമായത്. മരുഭൂമി പ്രത്യക്ഷപ്പെട്ടു. ഇതൊരു മണലാരണ്യംതന്നെ. ആട്ടിൻപറ്റങ്ങളെ തെളിച്ചു നടക്കുന്ന ബദുക്കൾ. ഒട്ടകങ്ങൾ കൂട്ടംകൂട്ടമായി മേയുന്നു. ഇറാഖിലെത്തി ആദ്യമായി ഒട്ടകങ്ങളെ കാണുന്നതിപ്പോഴാണ്. ഇടയ്ക്കിടെ ഓലപ്പുരപോലെയുള്ള തമ്പുകൾ കാണാം. ബദുക്കൾ ദേശാടനത്തിനിടയിൽ തങ്ങുന്ന തമ്പുകൾ. നെജഫ് എന്ന സ്ഥലത്തെത്താൻ ഇരുപതോളം കി. മീറ്റർ ഉണ്ട്. മുഹമ്മദ് നബിയുടെ ബന്ധുവും നാലാമത്തെ ഖലീഫ (ഭരണാധികാരി)യുമായിരുന്നു ഹസ്രത്ത് അലിയുടെ നാമധേയത്തിലറിയപ്പെടുന്ന നജഫിലെ പള്ളി പ്രസിദ്ധമാണ്. അതിന്റെ സ്വർണ്ണമിനാരം ഉച്ചവെയിലിൽ തട്ടിത്തിളങ്ങുന്നത് കാഴ്ചയിൽപ്പെട്ടു തുടങ്ങി. ഞങ്ങളുടെ കാർ ഈ മണൽകടലിലെ ഒരൊച്ചയായി മാറുന്നു. മരുഭൂമികളിൽ റോഡുകൾ ഉടലെടുക്കുന്നതിനുമുമ്പ്, അകലെയുള്ളൊരു ലൈറ്റ്ഹൗസും പഴയകാലങ്ങളിൽ പള്ളിയുടെ മിനാരങ്ങളും ഒരു വഴികാട്ടിയായിരിക്കണം. അതാവാം ഈ പ്രദേശങ്ങളിലുള്ള മിനാരങ്ങൾ സ്വർണ്ണത്തിൽ പണികഴിപ്പിച്ചത്. ഞങ്ങൾ താമസിയാതെ പള്ളിക്കടുത്തെത്തി. നജഫിലും ധാരാളം സന്ദർശകരും തീർത്ഥാടകരുമുണ്ട്. ചില യാചകരേയും ഇവിടെ കണ്ടു. ഏതു ദേശത്തായാലും പള്ളികളുടെയും ദേവാലയങ്ങളുടെയും കവാടങ്ങളിൽ യാചകരേയും കാണാം.

ഞങ്ങളുടെ അടുത്ത സന്ദർശന ഇടം കർബല, മുസ്ലീംചരിത്രത്തിൽ ഒരു കറുത്ത അദ്ധ്യായം എഴുതിച്ചേർത്തത് ഇവിടെവെച്ചായിരുന്നു. അലിയുടെ രണ്ടാമത്തെ പുത്രൻ ഹുസൈനും മറ്റൊരു വിഭാഗം മുസ്ലീം സൈന്യവും തമ്മിൽ ഇവിടെവെച്ച് പൊരുതി. ഇമാം ഹുസൈൻ അന്ത്യവിശ്രമം കൊള്ളുന്നത് ഇവിടത്തെ പള്ളിയിലാണ്. കർബലഷിയാവിഭാഗക്കാരുടെ ഒരു പുണ്യസ്ഥലമായി ഗണിക്കപ്പെടുന്നു. ഞങ്ങൾ പള്ളിക്കകത്തു പ്രവേശിച്ചപ്പോൾ തിരക്കിൽനിന്ന് നീളൻ കുപ്പായവും തൊപ്പിയും

കർബല പള്ളി

ധരിച്ചൊരാൾ എന്നെ സമീപിച്ചു. ഇംഗ്ലീഷും അറബിയും ഉർദുവും കലർത്തിയ ഭാഷയിൽ ആരാഞ്ഞു:

“ഇന്ത്യയിൽനിന്നോ പാക്കിസ്ഥാനിൽനിന്നോ.”

“ഇന്ത്യയിൽനിന്ന്.” എന്റെ മറുപടി.

“ഇന്ത്യ, പാക്കിസ്ഥാൻ, ബംഗ്ലാദേശ്” എന്നിവിടങ്ങളിൽനിന്നു വരുന്നവർക്കുള്ള ‘മുതവല്ലി’(അവരെ അനുഗമിക്കുകയും പ്രാർത്ഥനയ്ക്ക് നേതൃത്വം കൊടുക്കുകയും ചെയ്യുന്ന ആൾ)യാണ് ഞാൻ.”

അയാളുടെ വിവരണത്തിന്റെ അർത്ഥം എനിക്കു മനസ്സിലായി. അപരിചിതരായ സന്ദർശകരിൽനിന്നു പണം പിടുങ്ങുന്ന പല അടവുകാരും ഇവിടെയുണ്ടെന്ന് ഞാൻ കേട്ടിട്ടുണ്ട്. എന്റെ കുട്ടികളേയും ഭാര്യയേയും ചൂണ്ടിക്കാണിച്ചുകൊണ്ട് ഞാൻ പറഞ്ഞു:

“ഇവരുടെ ‘മുതവല്ലി’ ഞാനാണ്. അയാളല്പം പകച്ചു. വഴിമാറിത്തന്നു. ഇത്തരം സ്വയം പ്രതിനിധികൾ പള്ളിക്കകത്തും പുറത്തും ധാരാളമുണ്ട്. ഞങ്ങൾ പുറത്തിറങ്ങി പള്ളിയുടെ പടമെടുക്കുമ്പോൾ പഴയ ‘മുതവല്ലി’ വീണ്ടും പ്രത്യക്ഷപ്പെട്ടു. പടം എടുക്കാൻ പാടില്ലത്രെ. അയാളുടെയൊരു പകപോക്കൽ. അയാളെത്തുന്നതിനുമുമ്പേ എന്റെ ക്യാമറ ക്ലിക്ക് ചെയ്തിരുന്നതയാളറിഞ്ഞില്ലെന്നു തോന്നുന്നു. മര്യാദഭാവം കാണിച്ചു ഞങ്ങൾ സ്ഥലം വിട്ടു.

ബാബിലോൺ മുതൽ ബസ്രവരെ

നെബുച്ചദ് നസ്സാർ ദുഃഖിതനായി. രാജാവിന്റെ മനസ്താപ കാരണം രാജധാനിയിലുള്ളവർക്ക് മനസ്സിലായില്ല. പച്ചപിടിച്ച സസ്യങ്ങളും മരങ്ങളുമുള്ള സ്വന്തം നാട്ടിനെ വിട്ടുപോന്നല്ലോ എന്നു കേഴുകയായിരുന്നു ബാബിലോണിലെ രാജ്ഞി. രാജ്ഞിയുടെ ഭാവം രാജാവിനെയും ദുഃഖിതനാക്കി. രാജാവ് ഒരു തീരുമാനമെടുത്തു. ഈ തീരുമാനത്തിന്റെ ഫലമായിരുന്നു ഒരുകാലത്ത് ലോകത്തിലെ ഏഴു മഹാദ്ഭുതങ്ങളിലൊന്നായി ഗണിച്ചുപോന്നിരുന്ന ബാബിലോണിലെ തൂങ്ങിക്കിടക്കുന്ന ഉദ്യാനങ്ങൾ.

സ്കൂൾ ക്ലാസ്സുകളിൽ പഠിക്കുന്ന കാലത്തേ ബാബിലോണിയൻ സംസ്കാരത്തെപ്പറ്റിയും പ്രശസ്തിയെപ്പറ്റിയും ഞാനറിഞ്ഞിരുന്നു.

ബാബിലോണിയയിലെ തൂങ്ങിക്കിടക്കുന്ന ഉദ്യാനം

ഇറാഖിലെത്തിയപ്പോൾ ഈ സ്ഥലം കാണാനുള്ള തിടുക്കം വർദ്ധിക്കുകയും ചെയ്തു. കർബലായിൽനിന്ന് ഞങ്ങൾ ബാഗ്ദാദിലേക്ക് തിരിച്ചത് ബാബിലോൺ വഴിയാണ്. സ്ഥലത്തെത്തിയപ്പോൾ കുട്ടികൾക്ക് വീണ്ടും നിരാശ. തൂങ്ങിക്കിടക്കുന്ന ഉദ്യാനമില്ല. കൊട്ടാരമില്ല. എന്റെ ചിന്തകൾ പഴയ ചരിത്രത്തിന്റെ താളുകൾ മറിച്ചു. ലോകത്തിലാദ്യമായി ഒരു നിയമസംഹിതയുണ്ടായത് ബാബിലോണിൽനിന്നായിരുന്നു. ഹമ്മുറാബി രാജാവാണതിന്റെ പ്രണേതാവ്. ഈ നിയമങ്ങൾ ആലേഖനം ചെയ്ത കല്ല് ഇപ്പോൾ പാരീസിലെ ലോവർ മ്യൂസിയത്തിനകത്താണ്. ഇതിന്റെ ഒരു പ്ലാസ്റ്റർപ്രതി ബാഗ്ദാദിലെ മ്യൂസിയത്തിലുമുണ്ട്.

നാലായിരം വർഷങ്ങൾക്കു മുമ്പ് ഈ സ്ഥലത്തൊരു സാമ്രാജ്യ തലസ്ഥാനം പൊങ്ങിവന്നു. ഒരു കാലത്ത് ദേവാലയങ്ങളും രാജധാനികളും കോട്ടകളും ഉദ്യാനങ്ങളും നിറഞ്ഞിരുന്ന ഈ സ്ഥലം ഇപ്പോൾ ശൂന്യമായിക്കിടക്കുന്നു. അക്കാലത്തിവിടെ കലയും ശാസ്ത്രവും വളർന്നുവന്നു. ഉത്സവങ്ങളും സമ്മേളനങ്ങളും ആഘോഷങ്ങളും ബാബിലോണിയക്കാർക്കിടയിൽ പതിവായിരുന്നു. ഇവയൊക്കെ മണ്ണിന്നടിയിലേക്കാണ് പതിച്ചതെന്നു പറഞ്ഞുകൂടാ. ഈ സംസ്കാരം വളർന്നു വികസിച്ച് അടുത്തടുത്തുള്ള നഗരപ്രദേശങ്ങളിലേക്കു വ്യാപിച്ചതാണ്. ഇന്നു ബാബിലോൺ ഒരു ശൂന്യപ്രദേശമായിത്തീരാൻ കാരണം. കാലക്രമത്തിൽ ബാബിലോണിയക്കാർക്കിടയിലും മസ്തിഷ്കശോഷണം സംഭവിച്ചിരിക്കാം.

ബാഗ്ദാദിൽ തിരിച്ചെത്തി ബസ്റയിലേക്ക് പുറപ്പെടുന്നതിനു മുമ്പേ നഗരത്തിന്റെ പ്രാന്തപ്രദേശത്ത് സ്ഥിതിചെയ്യുന്ന ടീസിഫോണും

ശുദ്ധ ഇഷ്ടികകൊണ്ട് പണിതീർത്ത ലോകത്തിലെ
ഏറ്റവും വിസ്തൃതമായ കമാനം - ടീസിഫോൺ

(Ctesiphon) ഞങ്ങൾ സന്ദർശിക്കുകയുണ്ടായി. ഇവിടത്തെ ഇഷ്ടിക കൊണ്ടുള്ള കമാനം പ്രസിദ്ധമാണ്. മൂന്നാം നൂറ്റാണ്ടിൽ പണിതീർത്ത ഈ കമാനമാണത്രെ ശുദ്ധ ഇഷ്ടികയിൽ പണിതീർത്ത ലോകത്തിലെ ഏറ്റവും വിസ്തൃതമായ കമാനം. പ്രാചീനകാലത്തെ ഒരു ജലചക്രം ഇവിടെ പ്രദർശിക്കപ്പെട്ടിട്ടുണ്ട്. ചക്കു തിരിക്കുന്നതുപോലെ, കണ്ണുകെട്ടിയ കഴുത വൃത്താകൃതിയിലുള്ള ചക്രം തിരിക്കുന്നു. അപ്പോൾ അതോടു ഘടിപ്പിച്ചതും കിണറ്റിലേക്കിറക്കിയതുമായ മറ്റൊരു ചക്രം തിരിയുന്നു. അങ്ങനെ കിണറ്റിലെ വെള്ളം പുറത്തേക്കു വരുന്നു.

ബാഗ്ദാദിൽനിന്ന് ബസ്റയിലേക്ക് 550 കി.മീറ്റർ ദൂരമുണ്ട്. ഞങ്ങൾ ഒരു ദിവസം അതികാലത്ത് പുറപ്പെട്ടു. വൈകുന്നേരമായതോടെ സ്ഥല ത്തെത്തിച്ചേർന്നു. തെക്കോട്ട് തിരിക്കുംതോറും മരുഭൂമികൾ മറയുകയും കൃഷിപ്പാടങ്ങൾ പ്രത്യക്ഷപ്പെടുകയും ചെയ്തുകൊണ്ടിരുന്നു. ടൈഗ്രീസും യൂഫ്രട്ടീസും സമാന്തരമായൊഴുകി ബസ്റയിലെത്തുമ്പോൾ അടുത്ത ടുത്തുവന്ന് ഒന്നിച്ചുചേരാൻ പോകുന്നു. എവിടെ നോക്കിയാലും ജല സേചന കനാലുകൾ. കൂട്ട് എന്ന സ്ഥലം വിട്ടപ്പോൾ എണ്ണക്കിണറുകളും പ്രത്യക്ഷപ്പെടാൻ ആരംഭിച്ചു. പരന്നുകിടക്കുന്ന കൃഷിസ്ഥലങ്ങൾ. നില ങ്ങൾക്കരികിൽ എണ്ണപ്പാടങ്ങളും. ഒരു ഭാഗത്ത് നെൽക്കതിരുകൾ പൊന്തി വരുമ്പോൾ തൊട്ടടുത്ത് എണ്ണക്കിണറുകളിൽനിന്നുള്ള ഗ്യാസ് കതിരു കൾ ഉയർന്നുവരുന്നു. ഞാനും ടൈഗ്രീസും അതിന്റെ കൈവഴികളും തമ്മിലൊരു ഒളിച്ചുകളി നടത്തുകയാണ്. റോഡിലേക്ക് ഇടംകണ്ണിട്ട് ടൈഗ്രീസ് ഓടിക്കളിക്കുന്നു. ഞങ്ങളുടെ കാർ ടൈഗ്രീസിനെ പിന്തുട രുന്നു. വീണ്ടും നദി പ്രത്യക്ഷപ്പെടുന്നു. താമസിയാതെ കാഴ്ചയിൽനിന്ന് മറയുന്നു. ഈ ഓട്ടക്കളിയിൽ സമയംപോയതറിഞ്ഞില്ല.

ബസ്റയിലെ ചൂട് അസഹ്യമായിത്തോന്നി. വാസ്തവത്തിൽ നാട് കാണാൻ പറ്റിയ കാലമല്ല ഇത്. ദീർഘമായൊരു ഒഴിവ് ലഭിക്കുന്നത് ഇപ്പോഴായതുകൊണ്ട് അതുപയോഗിച്ചെന്നു മാത്രം. ഒരോട്ടപ്രദക്ഷിണം നടത്തി ഉത്തരഇറാഖിലെ സുഖവാസകേന്ദ്രങ്ങൾ സന്ദർശിക്കാനോടി യെത്താമെന്ന തീരുമാനമാണ് ഞങ്ങളെടുത്തത്. ദക്ഷിണ ഇറാഖിലെ ഏറ്റവും വലിയ പട്ടണമാണ് ബസ്റ. 'ഷാത്തൽ അറബി'ന്റെ പശ്ചിമ തീരത്ത് സ്ഥിതിചെയ്യുന്ന ഈ നഗരം അറേബ്യൻ ഗൾഫിൽനിന്ന് മുപ്പ ത്തഞ്ച് മൈൽ അകലെയാണ്. ബസ്റയുടെ മറ്റൊരു ഭാഗം മരുഭൂമിയോട് ബന്ധപ്പെട്ടുകിടക്കുന്നു. തുറമുഖത്തുനിന്ന് കേൾക്കുന്ന കപ്പലുകളുടെ ശബ്ദവും മണലാരണ്യത്തിൽ നിന്നുതിർന്നുവരുന്നു ഒട്ടകങ്ങളുടെ നില വിളിയും ഒരുമിച്ചുചേരുന്നു. ടൈഗ്രീസും യൂഫ്രട്ടീസും അൽഖുർന എന്ന സ്ഥലത്തുവെച്ച് ഒന്നിച്ചുചേർന്നൊഴുകുന്നു. ഈ സംഗമത്തിനുശേഷം ഇതിന്റെ പേർ ഷാത്തൽ അറബ് എന്നായി മാറുന്നു. ഷാത്തൽ അറബ് 115 മൈൽ ഒഴുകിയശേഷം സമുദ്രത്തിൽ ലയിക്കുന്നു. ഷാത്തൽ അറ ബിന്റെ ഒഴുക്കും മാഞ്ഞുമറഞ്ഞുപോകുന്ന കപ്പലുകളുടെ ഗമനവും വീക്ഷിച്ചല്പം നിന്നപ്പോൾ എന്റെ മനസ്സിലൊരു നഷ്ടബോധം. മൂസുൾ

മുതൽ സാർമറ ബാഗ്ദാദ് വഴി ബസ്റ വരെ ഞാൻ പ്രേമിച്ചു പൂജിച്ചു പിന്തുടർന്നിരുന്ന ടൈഗ്രീസെനിക്ക് നഷ്ടപ്പെട്ടില്ലേ? ഷാത്തൽ അറബിന് വീതിയുണ്ട്. ആഴമുണ്ട്. കടലിന്റെ ഗാംഭീര്യമുണ്ട്. പക്ഷേ, ടൈഗ്രീസിന്റെ നീണ്ടു മെലിഞ്ഞ സൗന്ദര്യമില്ലെന്നു തോന്നിപ്പോയി. അൽഖുർനയിൽ ഏദൻതോട്ടത്തെ അനുസ്മരിപ്പിക്കുന്ന ഇടം ഇപ്പോഴും പരിരക്ഷിക്കപ്പെട്ടു വരുന്നു. ഈ തോട്ടത്തിൽവെച്ചായിരുന്നു ആദം വിലക്കപ്പെട്ട കനി പൊട്ടിച്ചതും ഭക്ഷിച്ചതുമെന്ന് വിശ്വസിക്കപ്പെടുന്നു. ആദാമിന്റെ മരം എന്ന പേരിലറിയപ്പെടുന്ന ഒരു വൃദ്ധവൃക്ഷവും ഇവിടെയുണ്ട്. സമുദ്രവിതാന ത്തിൽനിന്ന് രണ്ടുമീറ്റർ മാത്രം ഉയരത്തിലാണ് ഈ നഗരത്തിന്റെ കിടപ്പ്. കടൽമാർഗ്ഗം ഇറാഖ് ലോകരാഷ്ട്രങ്ങളുമായി ബന്ധപ്പെടുന്നത് ബസ്റ മുഖേന മാത്രമാണ്.

ബസ്റയിലെ പ്രധാന വാണിജ്യവ്യവസായകേന്ദ്രം ആഷർ എന്ന ഭാഗ ത്താണ്. തുറമുഖം എപ്പോഴും ഇറക്കുമതി കയറ്റുമതി തിരക്കിലാണ്. എണ്ണയും എണ്ണയുൽപന്നങ്ങളുമാണ് മുഖ്യകയറ്റുമതി. ഈത്തപ്പഴക്കയറ്റു മതിയും എണ്ണയെപ്പോലെ പ്രാധാന്യമർഹിക്കുന്നു. ലോകത്തിലെ ആകെ ഈത്തപ്പഴ ഉത്പാദനത്തിന്റെ എൺപതു ശതമാനവും ഇറാഖിലാണ്. ഇറാഖിലെ പ്രധാന ഉത്പന്നസ്ഥലമാണെങ്കിൽ ബസ്റയും പരിസര ങ്ങളും. ബസ്റയെ ഈത്തപ്പനകളുടെ നാടെന്ന് വിളിക്കാം.

പുരാതന സുമേരിയൻസും അക്കാതിയൻസും ഈന്തപ്പനത്തടി കൾകൊണ്ടുണ്ടാക്കിയ വീടുകളിലാണ് താമസിച്ചിരുന്നതെന്ന് രേഖ പ്പെടുത്തപ്പെട്ടിട്ടുണ്ട്. ആദം പൊട്ടിച്ചുതന്ന വിലക്കപ്പെട്ട കനി ഈത്തപ്പഴ മായിരുന്നുവെന്നും പലരും വിശ്വസിക്കുന്നു. ഈന്തപ്പന ഇവിടത്തെ കല്പകവൃക്ഷമായിത്തീർന്നിരിക്കുന്നു. ഇവിടത്തെ അത്യുഷ്ണവും കാലാവസ്ഥയും ഈന്തപ്പന വളർച്ചയ്ക്ക് ഉത്തമമാണ്. ഈന്തപ്പനത്തോട്ട ങ്ങളിൽ ഇടയ്ക്കിടെ തോടുകൾ കാണാം. കേരളത്തിലെ പശ്ചിമതീര ത്തുള്ള തെങ്ങിൻതോപ്പുകളെപ്പോലെ സമുദ്രത്തിൽ വേലിയേറ്റമുണ്ടാവു മ്പോൾ തോടുകളിൽ വെള്ളം നിറയുകയും കവിഞ്ഞൊഴുകുകയും ചെയ്യുന്നു. അങ്ങനെ തോട്ടത്തിൽ ജലസേചനം നടക്കുന്നു. ഈ തോട്ട ങ്ങളിലെ കാലടിപ്പാതകളിലൂടെ ഉലാത്തിയപ്പോൾ നാളികേരത്തിന്റെ നാട്ടിൽ എന്റെ ഗ്രാമത്തിലൂടെ നടക്കുന്ന അനുഭവം.

കുലച്ചുനിൽക്കുന്ന ഈന്തപ്പനകൾ. വളർന്നുവരുന്ന തൈകൾ. അവി ടവിടെ പട്ടയും ഇടിഞ്ഞുവീണിരിക്കുന്നു. ഉണക്കാനിട്ട ഈന്തപ്പനയോല കൾ. പുഴുക്കുത്തേറ്റ് ഒടിഞ്ഞുവീണ കുലകൾ. പനയുടെ എല്ലാ ഭാഗ ങ്ങളും ജീവിതത്തിലുപയോഗപ്പെടുത്തുന്നു. അടിച്ചുവാരാനുപയോഗി ക്കുന്ന ചൂൽ പനയോലകൊണ്ടുണ്ടാക്കുന്നു. ഗ്രാമപ്രദേശങ്ങളിൽ പുര കെട്ടാനും ഓല ഉപയോഗിക്കപ്പെടുന്നുണ്ട്. കൂടാതെ കുട്ട, വട്ടി, വിശറി, തൊപ്പി എന്നിത്യാദി സാധനങ്ങളും ഓലയിൽനിന്നുണ്ടാക്കുന്നു. ഈവക

സാധനങ്ങളുണ്ടാക്കുന്ന കുടിൽവ്യവസായങ്ങൾ ഗ്രാമങ്ങളിൽ സാധാരണയാണ്. ഇതാവട്ടെ, ഗ്രാമീണസ്ത്രീകളുടെ ഒരു പ്രധാന വരവിനവും. തെങ്ങിൻതടിപോലെ ശക്തമല്ലെങ്കിലും ഈന്തപ്പനത്തടികൾകൊണ്ട് കസേര, മേശ, അടുക്കളഷെൽഫുകൾ മുതലായ ഉപകരണങ്ങളും ഉണ്ടാക്കുന്നു.

ചരിത്രപ്രാധാന്യമർഹിക്കുന്ന പല ഇടങ്ങളും ഇവിടെയുണ്ട്. പ്രവാചകൻ മുഹമ്മദ്നബിയുടെ സുഹൃത്തുക്കളും കൂട്ടുകാരുമായിരുന്ന പലരുടെയും ഖബറുകൾ ഇവിടെയാണ്. സുബൈർ, തൽഹ എന്നിവർ ഇക്കൂട്ടത്തിൽ മുഖ്യരാണ്. കനാലുകളും ചോലകളും നിറഞ്ഞ ബസ്റയെ പശ്ചിമപ്രദേശത്തെ വെനീസ് എന്ന് ചില യാത്രാവിവരണക്കാർ വിശേഷിപ്പിച്ചിട്ടുണ്ട്. ആയിരത്തൊന്നു രാവുകളിലെ പ്രസിദ്ധമായ സിന്ദ്ബാദിന്റെ കടൽയാത്രകൾ ബസ്റയോട് ബന്ധപ്പെട്ടിട്ടുള്ളതാണ്.

ബസ്റയെ ചുറ്റിപ്പറ്റിക്കിടക്കുന്ന ചതുപ്പുനിലങ്ങളും കായലുകളും ഒരു സന്ദർശകകേന്ദ്രമായിത്തീർന്നിട്ടുണ്ട്. സാധാരണ ശൈത്യകാലത്താണിവിടെ സന്ദർശകരുടെ തിരക്ക്. ടൈഗ്രീസും യൂഫ്രട്ടീസും കൂടിച്ചേരുന്നിടത്തുള്ള ചതുപ്പുനിലങ്ങളിൽ ഗ്രാമങ്ങൾ പൊങ്ങിവന്നിട്ടുണ്ട്. ഓരോ ഗ്രാമവും ഒരു ചെറിയ തുരുത്താണ്. ഓരോന്നിലും ധാരാളം ചെറ്റപ്പുരകൾ കാണാം. മൺതുറകളിൽ ഉണ്ടാക്കിയവയാണിവ. ഒരു തുരുത്തിൽ നിന്നു മറ്റൊന്നിലേക്കുള്ള യാത്രകൾ തോണികൾവഴി. അയൽവാസികൾ അന്യോന്യം സന്ദർശനവും അങ്ങാടിയിൽപോക്കും എന്നുവേണ്ട നിത്യജീവിതത്തിലെ വ്യവഹാരങ്ങളൊക്കെ തോണിയാത്രമാർഗ്ഗം നിർവ്വഹിക്കുന്നു. ഓരോ വീട്ടുകാരും എരുമ, പശു, കോഴി എന്നീ വീട്ടുമൃഗങ്ങളെ വളർത്തുന്നു. അതാണവരുടെ പ്രധാന ജീവിതമാർഗ്ഗവും. ചരിത്രത്തിൽ ആദ്യമായി തോണികളുണ്ടാക്കിയതും കപ്പലുകളുപയോഗിച്ചതും മീൻപിടിച്ചതും ഒരുപക്ഷേ, ഇവരുടെ പിതാമഹന്മാരായിരിക്കാം.

മൂസുളിനെ അപേക്ഷിച്ച ബസ്റയിൽ ധാരാളം ഇന്ത്യാക്കാരുണ്ട്. മലയാളികളും. വികസനപ്രവർത്തനങ്ങളിലും എണ്ണയുത്പാദനപ്രക്രിയകളിലും പ്രവർത്തിക്കുന്നവരാണധികവും. ബസ്റ സർവ്വകലാശാലയിലും ഇന്ത്യൻ അദ്ധ്യാപകരുണ്ട്. ഇവിടെ ഒരു ഇന്ത്യൻ ക്ലബ്ബുമുണ്ട്. ഇന്ത്യാക്കാർക്ക് ഒഴിവുസമയങ്ങളിൽ വന്നുല്ലസിക്കാനും തമ്മിൽ കാണാനും ഈ ക്ലബ്ബ് നല്ലൊരവസരം നൽകുന്നു. പുതുതായി വരുന്നവർക്ക് തൽക്കാലം താമസിക്കാനുള്ള ഏർപ്പാടും ഈ ക്ലബ്ബിലുണ്ട്. പഴയ കാലം മുതലേ ഇന്ത്യാക്കാർ ഇറാഖിലെത്തിയിരുന്നത് ബസ്റ തുറമുഖം മുഖേനയാണ്. കൊല്ലങ്ങൾക്ക് മുമ്പേ കുവൈത്തിലേക്കനധികൃതമായി എത്തിപ്പെട്ട പല ഇന്ത്യാക്കാരും - ഇവരിൽ നല്ലൊരു സംഖ്യ മലയാളികളാണ് - ബസ്റ തുറമുഖം മുഖേനയാണ് സ്ഥലത്തെത്തിയത്. കുവൈത്ത്-ഇറാഖ്

അതിർത്തി ബസ്റയുടെ വളരെയടുത്താണ്. ഇറാഖിൽനിന്ന് കുവൈത്തിലേക്ക് കരവഴി പോകുന്നവർ ബസ്റയിലെത്തി ടാക്സിയിലോ കാറിലോ ബസ്സിലോ ആണ് യാത്രചെയ്യുക.

ബസ്റക്കാർ സാധാരണ ഇറാഖികളെപ്പോലെ അതിസുന്ദരന്മാരോ സുന്ദരികളോ അല്ലെന്നു തോന്നുന്നു. തൊലിനിറം അല്പം മങ്ങിയിട്ടുണ്ട്. തുറമുഖ പട്ടണമായതുകൊണ്ട് പ്രാചീനകാലം മുതലേ ഇവിടെ സങ്കര വർഗ്ഗമുണ്ടായിരിക്കാം. കച്ചവടക്കാരിൽ പലർക്കും ഉർദു അറിയാം. മുമ്പിവിടെ ധാരാളം ഇന്ത്യൻ കച്ചവടക്കാരുണ്ടായിരുന്നുവത്രെ. ഇപ്പോൾ തീരെ ഇല്ലെന്നു പറയാം.

അസഹ്യമായ ജൂലായ് ചൂടിൽനിന്നു രക്ഷപ്പെട്ടു മൂസുളിലെത്തിച്ചേർന്നാൽ മതി എന്നായി. കാറ് അല്പം തണലില്ലാത്തയിടത്തു കിടന്നാൽ സ്റ്റിയറിംഗ് പിടിക്കുമ്പോൾ പൊള്ളുന്നപോലെ. വെള്ളം എത്ര കുടിച്ചിട്ടും മതിവരുന്നില്ല. ഒരു ദിവസംകൂടി മാർഗ്ഗമദ്ധ്യേ തങ്ങി പിറ്റേ ദിവസം ഞങ്ങൾ മൂസുളിലെത്തിച്ചേർന്നു.

മൂസുളിലും ചൂടുതന്നെ. എങ്കിലും പൊറുക്കാം. സുഹൃദ്കുടുംബങ്ങൾ പലരും സ്ഥലത്തില്ല. ചിലർ ഇന്ത്യയിലേക്ക് പോയി. മറ്റു ചിലർ ദേശാടനത്തിനും വിദേശപര്യടനത്തിനും. ഞങ്ങളെപ്പോലെത്തന്നെ എഞ്ചിനീയറിംഗ് കോളേജിലെ പ്രൊഫ. പി.എൻ. സിംഗും കുടുംബവും മൂസുളിലുണ്ടായിരുന്നു. ഉത്തര ഇറാഖിലെ ചില സുഖവാസസ്ഥലങ്ങളിൽ കുറച്ചു ദിവസം ചെലവഴിക്കാൻ ഞങ്ങൾ തീരുമാനിച്ചു. അങ്ങനെ, രണ്ടാഴ്ചയ്ക്കു ശേഷം വീണ്ടും ഞങ്ങളുടെ സഞ്ചാരമാരംഭിച്ചു. ഇത്തവണ കൂട്ടിന് ഡോ. സിംഗും കുടുംബവുമുണ്ട്. രണ്ടു കാറുകളുള്ളതുകൊണ്ട് ഇരുകൂട്ടർക്കും കൂടുതൽ സമാധാനവും. കുന്നുകളും മലകളും കയറേണ്ടതാണ്. ചൂടുകാലവും. ഒരു കാറിനെന്തെങ്കിലും പറ്റിയാലും മറ്റൊന്നുണ്ടല്ലോ. ഒരു സന്ദർശകന്റെ സമീപനത്തിൽ ബാഗ്ദാദിനെ കഴിച്ചാൽ ഏറ്റവും പ്രാധാന്യമർഹിക്കുന്ന ഇടങ്ങൾ ഉത്തരഇറാഖിലെ സുഖവാസസ്ഥലങ്ങളാണ്. വസന്തകാലത്തുകൂടി മഞ്ഞിൽ പുതച്ചുകിടക്കുന്ന ഈ സ്ഥലങ്ങൾ വേനൽക്കാലങ്ങളിൽ ജനനിബിഡമായി മാറുന്നു. വർണ്ണപ്പകിട്ടുള്ള വസ്ത്രങ്ങളണിഞ്ഞ ഖുർദികളുടെ നാടാണിത്. വെള്ളച്ചാട്ടങ്ങൾക്കും ചോലകൾക്കുമിടയിൽ പഴയകാലത്തുണ്ടായിരുന്ന ഗ്രാമങ്ങളെ ഇന്നത്തെ സർക്കാർ സുഖവാസസ്ഥലങ്ങളാക്കി മാറ്റിയിട്ടുണ്ട്. ഹോട്ടലുകളും പാർക്കുകളും കളിസ്ഥലങ്ങളുമുള്ള ചെറുചെറു നഗരങ്ങൾ ഈ മലയിടുക്കുകളിൽ പൊങ്ങിവന്നിട്ടുണ്ട്.

മൂസുളിൽനിന്ന് ഏകദേശം 200 കി.മീറ്റർ ദൂരെയുള്ള സലാഹുദ്ദീൻ എന്ന സ്ഥലത്തേക്കാണ് ഞങ്ങളാദ്യം പോയത്. സമുദ്രവിതാനത്തിൽനിന്ന് ആയിരത്തൊരുനൂറ് മീറ്റർ ഉയരത്തിലാണീ സ്ഥലം. തദ്ദേശീയരും വിദേശീയരുമായ സന്ദർശകരുടെ തിരക്കായിരുന്നു. അതുകൊണ്ടുതന്നെ താമസസൗകര്യം ലഭിക്കാനല്പം ബുദ്ധിമുട്ടേണ്ടിവന്നു. ബാഗ്ദാദും

ബസ്റയും ചൂടിൽ തിളച്ചുപൊരിയുമ്പോൾ രാത്രികളിൽ ഇവിടെ കമ്പിളി പുതച്ചേ ഉറങ്ങാൻ പറ്റൂ. ഇറാഖിനെക്കുറിച്ച് ഇറാഖിലെത്തുന്നതിനുമുമ്പ് എന്റെ മനസ്സിലുണ്ടായിരുന്ന പ്രതിരൂപം ഇതായിരുന്നില്ല. മരുഭൂമിയും മണലാരണ്യവുമായിരുന്നു മനസ്സിൽ. ഭാരതത്തെപ്പോലെത്തന്നെ നാനാത്വത്തിൽ ഏകത്വം ഇവിടെയും ദർശിക്കാം. സലാഹുദ്ദീനിലെ പ്രകൃതി മനോഹാരിത ആസ്വദിച്ചുകൊണ്ട് രണ്ടുദിവസം ഞങ്ങളിവിടെ താമസിച്ചു.

ഇവിടെനിന്ന് അരമണിക്കൂർ യാത്ര ചെയ്താൽ ഷക്ലാവ എന്ന മറ്റൊരു ഹിൽസ്റ്റേഷനിലെത്താം. ഈ സ്ഥലവും ഞങ്ങൾ സന്ദർശിക്കുകയുണ്ടായി. ഇറാഖ്-ഇറാൻ അതിർത്തിയിലുള്ള മറ്റൊരു സുഖവാസ സ്ഥലമാണ് ഹാജി ഉംറാൻ. ഇവിടത്തെ വെള്ളത്തിന് ചികിത്സാശക്തിയുണ്ടെന്ന് ഇറാഖികൾ വിശ്വസിക്കുന്നു. തിരിച്ചുവരുമ്പോൾ വീണ്ടും ഞങ്ങൾ പുരാതന നഗരമായ അർബിലിൽ എത്തി. സ്ത്രീകൾക്കെവിടെ പോയാലും ചില താത്പര്യങ്ങളുണ്ട്. സുഖവാസ സ്ഥലങ്ങളായാലും തീർത്ഥാടനകേന്ദ്രങ്ങളായാലും ചരിത്രപ്രധാനയിടങ്ങളായാലും ഈ താത്പര്യങ്ങൾ നിലനിൽക്കുന്നു. സാരിയും വീട്ടുസാധനങ്ങളും ഒരുക്കുകൂട്ടുകയെന്നതാണിത്. പുരുഷന്മാർ ഇക്കാര്യത്തിൽ വേണ്ട ശ്രദ്ധ പതിപ്പിക്കാത്തതാണിതിന് കാരണമെന്നാണവരുടെ വാദം. മൂസുളിലും തെക്കൻ ഇറാഖിലും സാരികൾ സുലഭമായി ലഭിക്കാറില്ല. അർബിൽ മുതലായ ഉത്തരഇറാഖിൽ സാരികളാക്കാൻ പറ്റുന്ന ശീലകൾ ധാരാളം ലഭിക്കുന്നു. ജപ്പാനിൽനിന്നിറക്കുമതി ചെയ്യുന്നതാണിവ. ഖുർദി സ്ത്രീകളണിയുന്ന വർണ്ണശബളമായ നീണ്ട പാവാടകൾക്കും അംഗവസ്ത്രങ്ങൾക്കും വേണ്ടിയാണിവ കൊണ്ടുവരുന്നത്. അർബിൽ ബസാറിൽ ഇത്തരം തരുണികൾ നിറഞ്ഞിരിക്കുന്നത് കണ്ടപ്പോൾ എന്റെ ഭാര്യ മത്സ്യം കണ്ട പൂച്ചയായി മാറി. ഈ പ്രദേശങ്ങളിൽ പലവ്യഞ്ജനക്കടകളിലും തുണിത്തരങ്ങൾ ലഭിക്കുന്നതാണ്. അരിയും പഞ്ചസാരയും സാരിയും കുപ്പായശ്ശീലയും ഒരേ സ്ഥലത്തുനിന്നു വാങ്ങാം.

ഉത്തരഇറാഖിലെ പ്രസിദ്ധമായ മറ്റു രണ്ടു സുഖവാസകേന്ദ്രങ്ങളാണ് സ്വാർതുക്കയും സർസംഗും. വേനൽക്കാലങ്ങളിൽ ടൂറിസ്റ്റ് വകുപ്പ് ഇവിടെ കുടുംബസമേതം താമസിക്കാനുതകുന്ന കൂടാരങ്ങളും കാരവനുകളും സ്ഥാപിക്കുന്നു. ഭക്ഷണം പാകം ചെയ്യാനും കുളിക്കാനും മറ്റുമുള്ള എല്ലാ സജ്ജീകരണങ്ങളും ഈ കൂടാരങ്ങൾക്കകത്തുണ്ട്. ദക്ഷിണ ഇറാഖിലെ ചൂടിൽനിന്നു രക്ഷപ്പെട്ട് ഇവിടെ എത്തി കൂടാരങ്ങളിൽ നിർവൃതികൊള്ളുന്ന പല കുടുംബങ്ങളേയും ഞങ്ങൾ കാണുകയുണ്ടായി. അയൽരാജ്യങ്ങളായ കുവൈത്ത്, സഊദി അറേബ്യ എന്നിവിടങ്ങളിൽനിന്നു പലരും ഇക്കാലത്ത് ഇവിടെ വിശ്രമത്തിന്നായെത്തുന്നു.

ഇറാഖികളുടെ ജീവിതം

ഇറാഖികളുടെ ജീവിതസമ്പ്രദായങ്ങളെക്കുറിച്ച് മുമ്പ് പലപ്പോഴും പ്രതിപാദിച്ചിട്ടുണ്ടല്ലോ. വിട്ടുപോയ ചില കാര്യങ്ങൾ മാത്രമാണ് ഇവിടെ പ്രസ്താവിക്കാൻ പോകുന്നത്. ഇറാഖിലെത്തുന്ന ഒരു സന്ദർശകനെ ആദ്യമായി ആകർഷിക്കുന്നത് ഭംഗിയായി വസ്ത്രധാരണം ചെയ്ത സുന്ദരന്മാരും സുന്ദരികളുമാണ്. മോടിയുള്ള വസ്ത്രങ്ങൾക്കും ആടയാഭരണങ്ങൾക്കും സുഗന്ധദ്രവ്യങ്ങൾക്കുംവേണ്ടി ഇവിടെയുള്ളവർ ധാരാളം പണം ചെലവഴിക്കുന്നു. മിന്നിത്തിളങ്ങുന്ന ഷൂകളും കഷണ്ടിത്തലകളും ഇവിടെ സാധാരണമാണ്. നഗരവീഥികളിലെല്ലാം ഷൂ പോളിഷ്കടകൾ കാണാം. വരിവരിയായി കാൽ നീട്ടിയിരുന്ന് ഷൂ പോളീഷ് ചെയ്യിപ്പിക്കുന്ന കാഴ്ച ഈ കടകളിൽ പതിവാണ്. സിനിമാഹാളുകളിലും ബസ്–തീവണ്ടി സ്റ്റേഷനുകളിലും കലാലയ അങ്കണത്തിലുമെല്ലാം ഷൂ മിനുക്കുകാർ കഴുത്തിൽ തൂക്കിയിട്ട് പോളീഷ് കുട്ടയുമായി അലയുന്നു. ചെറുപ്പത്തിലെ കഷണ്ടി കണ്ടുതുടങ്ങുക എന്നതും ഇവിടെ സാധാരണയാണ്.

മൂസുളിലെത്തി ഞാനാദ്യ ക്ലാസ്സെടുക്കുവാൻ പോവുകയാണ്. പലരുമായും പരിചയപ്പെട്ടിട്ടില്ല. ഹാളിലേക്ക് നടന്നുപോവുമ്പോൾ സൂട്ടണിഞ്ഞ സുമുഖരായ രണ്ടു കഷണ്ടിത്തലയന്മാരും നടന്നുപോവുന്നു. അവർ പുഞ്ചിരിച്ചു. ഞാനും. സമയമില്ലല്ലോ, പിന്നീട് പരിചയപ്പെടാം. കോളേജിലെ സഹപ്രവർത്തകരായിരിക്കാം. ഞാൻ ക്ലാസിലെത്തിയപ്പോഴേക്കും അവരും ഹാളിലേക്കു പ്രവേശിച്ചു മുൻസീറ്റിൽതന്നെ ഇരുപ്പുറപ്പിച്ചു. അപ്പോൾ ഇവർ സഹപ്രവർത്തകരല്ല. എന്റെ വിദ്യാർത്ഥികളാണ്. കഷണ്ടിത്തലയും സൂട്ടും എന്നെ തെറ്റിദ്ധരിപ്പിച്ചു.

മറ്റൊരു തെറ്റിദ്ധാരണ തുടക്കത്തിൽ എനിക്കുണ്ടായി. ഇവിടെയുള്ളവർ അധികവും ഭക്തന്മാരാണോ? ചിലർ സദാസമയവും ജപമാല കൈയിൽ പിടിച്ച് മണികൾ തിരിച്ചുകൊണ്ടിരിക്കുന്നു. അവർ ദൈവനാമം ജപിക്കുന്നുണ്ടോ, എന്റെ മുത്തശ്ശി നമസ്കാരശേഷം 'അല്ലാഹ്', 'അല്ലാഹ്' എന്നുരുവിട്ട് 'ദസ്വി' തിരിക്കുന്നത് ഞാനോർമ്മിച്ചു. പിന്നീടാണ് സംഗതി മനസ്സിലായത്. ചരിത്രപരമായി ഈ സ്വഭാവം ഭക്തിയിൽ നിന്നുദ്ഭവിച്ചതായിരിക്കാം. പക്ഷേ, ഇപ്പോഴതിന് ഭക്തിയും ദൈവവുമായി

യാതൊരു പൊരുത്തവുമില്ല. സിഗരറ്റ് വലിപോലെ ഇതൊരു സ്വഭാവമായിത്തീർന്നിരിക്കുകയാണ്. മുസ്ലീംകളും ക്രിസ്ത്യാനികളും ഒരുപോലെ ഈ സ്വഭാവത്തിനടിമപ്പെട്ടിട്ടുണ്ട്. അതു മാത്രമല്ല, ഈ ജപമാല ചിലപ്പോൾ ഒരു മാന്യതാചിഹ്നമായിത്തീരുന്നു. ഇരുപതുറുപ്പിക മുതൽ പതിന്നാലായിരം ഉറുപ്പികവരെ വിലവരുന്ന ജപമാലകൾ ഞാൻ ഇറാഖികൾക്കിടയിൽ കണ്ടിട്ടുണ്ട്. വിവിധവർണ്ണങ്ങൾ, വിവിധ ഗന്ധങ്ങൾ പരത്തുന്നവ. മണികൾക്ക് പലതരം ആകൃതി. ലോകത്തിന്റെ നാനാഭാഗത്തു നിന്നും ഇറക്കുമതി ചെയ്യപ്പെട്ട മണികൾ. അങ്ങനെ ഓരോരുത്തരുടെ സ്ഥാനത്തിനും മാന്യതയ്ക്കും കീശയ്ക്കും ചേരുന്ന ജപമാലകൾ. പ്രാർത്ഥനാസമയത്തും മദ്യപാനസമയത്തിന്നിടയിലും ഓഫീസിൽ ഫയലുകൾ മറയ്ക്കുമ്പോഴും ഈ മാലകൾ തിരിഞ്ഞുകൊണ്ടിരിക്കുന്നു.

പുകവലി ഇറാഖികൾക്കിടയിൽ സാധാരണമാണ്. പരീക്ഷാഹാളുകളിലിരുന്ന് വിദ്യാർത്ഥികൾക്കു പുകവലിക്കാം. ഒരുപക്ഷേ, ഇതവരുടെ പരീക്ഷാ ഉത്ക്കണ്ഠ കുറയ്ക്കാൻ സഹായിക്കുന്നുണ്ടാവാം. സിനിമാഹാളുകളിൽ പുകവലി വിരോധമില്ല. ഒരു സിനിമ കണ്ടു പുറത്തിറങ്ങിയാൽ ധൂമസ്നാനം കഴിഞ്ഞ അനുഭവം. വസ്ത്രവും ശരീരവും സിഗരറ്റ് ഗന്ധം പരത്തും. പെരുന്നാൾ മുതലായ വിശേഷദിവസങ്ങളിൽ ആറും ഏഴും പ്രായമായ കുട്ടികൾകൂടി സിഗരറ്റ് പുകച്ചു നടക്കുന്നതു കാണാം. സ്ത്രീകളിലും ഒരു ഭാഗം പുകവലിക്കാരികളാണ്. ഗ്രാമീണ സ്ത്രീകളിൽ ഭൂരിഭാഗവും പുകവലിക്കുന്നു. ഇറാഖിൽ ഉത്പാദിപ്പിക്കുന്ന സുമർ, ബാഗ്ദാദ്, എരിദ് എന്നിവ ഇവിടെ ജനപ്രീതി നേടിയ സിഗരറ്റുകളാണ്.

ഇറാഖിൽ മദ്യനിരോധനമില്ല. വിദേശനിർമ്മിതമദ്യം സുലഭമായി ലഭിക്കുന്നു. നാടൻമദ്യവും ലഭ്യമാണ്. കള്ളവാറ്റില്ല. നഗരങ്ങളിൽ ബാറുകളുണ്ട്. എങ്കിലും തദ്ദേശീയരിൽ മദ്യപാനികൾ ന്യൂനപക്ഷമാണെന്നു പറയാം. മൂക്കറ്റം കുടിച്ച് ലക്കും ലഗാനുമില്ലാതെ തട്ടിത്തിരിയുന്ന ഒരാളെപ്പോലും എനിക്ക് കാണാൻ പറ്റിയിട്ടില്ല. നിയമം കർശനമായതുകൊണ്ട് അതിർത്തിവിട്ട് കുടിച്ചു മത്തടിച്ചു നടക്കാനാരും മിനക്കെടാറില്ല.

ഇറാഖികളുടെ സ്നേഹപ്രകടനങ്ങളും ഉപചാരമര്യാദകളും ആരേയും അതിശയിപ്പിക്കത്തക്കതാണ്. അറബിസംസ്കാരത്തിന്റെ ഭാവപ്രകടനങ്ങൾ തന്നെയാണിവ. ഒരു അതിഥി വീട്ടിൽ വന്നാൽ മൂന്നു ദിവസം അയാളെ സൽക്കരിച്ചു പരിചരിച്ചതിന് ശേഷമേ അയാൾ വന്ന കാര്യമറിയാവൂ എന്നാണ് പഴയ ആചാരമുറ. എ, ബിയുടെ വസതിയിൽ വന്നെന്നിരിക്കട്ടെ. അവരുടെ മര്യാദവചനങ്ങൾ ഇങ്ങനെ പോകുന്നു.

എ: അസ്സലാമു അലൈക്കും (താങ്കൾക്കു ദൈവരക്ഷയുണ്ടാവട്ടെ)

ബി: വ അലൈക്കുമുസ്സലാം (താങ്കൾക്കും)

അന്യോന്യം കൈപിടിച്ചു കുലുക്കുകയും ചിലപ്പോൾ ഉമ്മവെയ്ക്കുകയും ചെയ്തശേഷം

ബി: അഹ്ലൻ വസഹ്ലൻ (സ്വാഗതം)

ഇരുവരും ഇരുന്നശേഷം

ബി: അല്ലാബിൽ ഖൈർ (ദൈവാനുഗ്രഹത്താൽ)

എ: അല്ലാബിൽ ഖൈർ (ദൈവാനുഗ്രഹത്താൽ). ഒന്നിലധികം പേരുണ്ടെങ്കിൽ എല്ലാവരും ഈ വചനമാവർത്തിക്കുന്നു.

ബി: കെയ്ഫൽ അഹ്‌വാൽ (എന്തൊക്കെയാണ് വർത്തമാനങ്ങൾ)

എ; സൈൻ (നല്ലത്). അൽഹംദുലില്ലാഹ് (ദൈവത്തിനു സ്തുതി) കെയ്ഫ ഹാലുക(താങ്കളുടെ വർത്തമാനങ്ങളോ?)

ബി: അലല്ലാഹ് (എല്ലാം ദൈവാനുഗ്രഹം പോലെ.)

എ: അസ്സ്വൻ സഹ (താങ്കളുടെ ആരോഗ്യം എങ്ങനെ?)

ബി: അൽഹം ദുലില്ലാഹ് (ദൈവത്തിനു സ്തുതി)

എ: അസ്സ്വൻ ബാബ, അസ്സ്വൻ മാമ (അച്ഛന്റെയും അമ്മയുടെയും വർത്തമാനങ്ങൾ?)

ബി: കുല്ലും സൈൻ (എല്ലാം നല്ലത്)

എ: അസ്സ്വൻ അഹ്‌ൽ അസ്സ്വൻ ഔലാദ് (കുട്ടികൾക്കും കുടുംബത്തിനും സൗഖ്യമല്ലേ)

ബി: ദൈവാനുഗ്രഹത്താൽ എല്ലാവരും നന്നായിരിക്കുന്നു. താങ്കളുടെ കുടുംബത്തിന്റെയും കുട്ടികളുടെയും വർത്തമാനങ്ങൾ?

എ: ദൈവാനുഗ്രഹത്താൽ എല്ലാവർക്കും സൗഖ്യം.

ഇത്തരം പ്രാരംഭമര്യാദവചനങ്ങൾക്ക് ശേഷമേ കാര്യത്തിലേക്ക് പ്രവേശിക്കൂ. ഇസ്തിക്കാനിൽ ചായ എത്തുകയായി. ദൈവാനുഗ്രഹവും ദൈവത്തിന് സ്തുതിയും സംഭാഷണങ്ങളിൽ ഉടനീളം സൂചിപ്പിച്ചുകൊണ്ടിരിക്കും. സുഹൃത്തുക്കൾ വഴിമദ്ധ്യേ കണ്ടുമുട്ടുമ്പോഴും ഇത്തരം ഉപചാരവാക്കുകൾ സാധാരണയാണ്. ശത്രുക്കൾ തമ്മിൽ സംസാരിക്കേണ്ടിവന്നാലും ഇത് സാധാരണയാണ്. ടെലഫോൺ സംഭാഷണങ്ങൾ തുടങ്ങുന്നതും ഇങ്ങനെത്തന്നെ. ഓഫീസിലെത്തിയ ഭർത്താവ് എന്തോ അത്യാവശ്യകാര്യത്തിന്നുവേണ്ടി ഭാര്യയെ ഫോണിൽ വിളിച്ചെന്നിരിക്കട്ടെ. അപ്പോഴും ചില ഉപക്രമ മര്യാദവാക്കുകളിലേ സംഭാഷണം തുടങ്ങൂ.

എയും ബിയും വിട്ടുപിരിയുമ്പോഴും കുറേ മര്യാദപ്രകടനങ്ങളുണ്ട്. കൈപിടിച്ചു കുലുക്കുകയും ഉമ്മവെയ്ക്കുകയും ചെയ്തശേഷം.

എ: ഫീ ഈ മാനില്ലാഹ് (ദൈവത്തിൽ വിശ്വാസമർപ്പിച്ചുകൊണ്ട്)

ബി: ഫീ ഈ മാനില്ലാഹ്

ബി: (വീണ്ടും) താങ്കളുടെ കുടുംബത്തിന് ഞങ്ങളുടെ സലാം അറിയിക്കുക.

എ: താങ്കൾക്ക് ദൈവരക്ഷയുണ്ടാവട്ടെ.

ഇറാഖികൾ സൽക്കാരപ്രിയരാണ്. ഞാനും കുടുംബവും പലപ്പോഴും ഇവരുടെ ഹൃദ്യസൽക്കാരങ്ങൾക്ക് വിധേയരായിട്ടുണ്ട്. രുചികരമായ ഭക്ഷണപദാർത്ഥങ്ങൾ പാകം ചെയ്യുന്നതിൽ നൈപുണ്യം സിദ്ധിച്ച വരാണധിക വീട്ടമ്മമാരും. മധുരവും ഇറച്ചിയുമാണ് ഭക്ഷണത്തിലെ പ്രധാന ഘടകങ്ങൾ. എരിവോ പുളിയോ തരിപോലുമുപയോഗിക്കുക യില്ല. ചിലർ അല്പം കുരുമുളകുപയോഗിക്കുന്നു. എരിവില്ലാത്ത ഇന്ത്യൻ ഭക്ഷണങ്ങൾ ഇഷ്ടപ്പെടുന്ന ധാരാളം ഇറാഖികളുണ്ട്. പാലും വെണ്ണയും ധാരാളം കഴിക്കുന്നതുകൊണ്ടാവാം ഇവർ തടിച്ചുകൊഴുത്തു വരുന്നത്. കൊഴുപ്പുള്ള ഇറച്ചിയാണ് ഇറാഖികൾക്കിഷ്ടം. ഇവർ അങ്ങാടിയിൽനിന്ന് ഭക്ഷണസാധനങ്ങൾ വാങ്ങുന്നത് കാണുമ്പോൾ എനിക്ക് തോന്നാറുണ്ട് എല്ലാവരുടെയും വീട്ടിൽ എന്നും സദ്യയാണോ എന്ന്. ഒരു ഇറാഖി ഒരു കിലോ പഞ്ചസാര വാങ്ങുന്നത് ഞാനൊരിക്കലും കണ്ടിട്ടില്ല. ഏത് പാവ പ്പെട്ടവനും ചുരുങ്ങിയത് അഞ്ച് കിലോ വാങ്ങുന്നു. ഇതുപോലെയാണ് എല്ലാ സാധനങ്ങളും. ഖുബ്സ്, ഇറച്ചിക്കറി, കബാബ്, സമൂൺ എന്നിവ യാണ് ഇറാഖികളുടെ സാധാരണ ഭക്ഷണം. ഇറച്ചിക്കറികളിൽ പച്ചക്കറി കളും ചേർക്കുന്നു. ചോറുണ്ടാക്കുന്നത് നെയ് ചേർത്തുകൊണ്ടാണ്. വിശേഷദിനങ്ങളിലും സദ്യകളിലും ഒരുക്കുന്ന ചില ഇറാഖി ഭക്ഷണ പദാർത്ഥങ്ങൾ താഴെ വിവരിക്കാം.

കബ്ബ: ഇത് മൂസുൾ പ്രദേശത്തുണ്ടാക്കുന്നൊരു ഭക്ഷണസാധനമാണ്. ഗോതമ്പ് തിളപ്പിച്ചുണക്കി പൊടിയരിപോലെ നുറുക്കി എടുത്തശേഷം

മൂസുൾ പ്രദേശത്ത് ഉണ്ടാക്കുന്ന ഭക്ഷണം - കബ്ബ

ദോൽമ

തിക്ക   മസ്ഗുഫ്

ഘൗസി

അരിഞ്ഞെടുത്ത ഇറച്ചി(കീമ)യും കൂട്ടി ചൂടുവെള്ളമൊഴിച്ച് മാവ് പാകത്തിൽ കുഴച്ചെടുത്ത് പത്തിരിപോലെ കൈയിൽ പരത്തി എടുക്കുന്നു. ചെറുതായരിഞ്ഞ ഉള്ളി, വെളുത്തുള്ളി, ബദാം എന്നിവ നിറച്ച് ചെറിയ പന്തുപോലെ ഉരുട്ടി തിളച്ച വെള്ളത്തിൽ പത്തുപതിനഞ്ച് മിനിട്ട് വേവിച്ചെടുത്താൽ കബ്ബയായി.

ദോൽമ: ഇറാഖിലെ മിക്ക നഗരങ്ങളിലും ജനപ്രീതി നേടിയ ഒരു പദാർത്ഥമാണ് ദോൽമ. പച്ചരി, കീമ, ഉള്ളി, ഉപ്പ് എന്നിവ കൂട്ടിച്ചേർത്ത് മുട്ടക്രോസ്, ഇതൾ, മുന്തിരിങ്ങയില, ഉൾഭാഗം ചുരണ്ടിക്കളഞ്ഞ വഴുതനങ്ങ എന്നിവയിൽ നിറച്ച് ഒരു പാത്രത്തിൽ അടുക്കിയടുക്കിവെച്ചു മുകളിൽ പുളിനീർ ഒഴിച്ചു കാൽമണിക്കൂർ നേരം വേവിച്ചെടുത്താൽ ദോൽമയായി.

തിക്ക: ചെറുചെറു ഇറച്ചിക്കഷണങ്ങൾ ഇരുമ്പ് കോലിൽ കോർത്ത് കനലിൽ വെച്ചു ചുട്ടെടുക്കുന്നതാണ് തിക്ക. കബാബാവുമ്പോൾ, ചെറുകഷണങ്ങൾക്കു പകരം ഇരുകോലിൽ പിടിപ്പിക്കുന്നത് കീമയാണെന്നു മാത്രം.

മസ്ഗൂഫ്: മുറിച്ചെടുക്കാത്ത മുഴുമത്സ്യങ്ങൾ കനലിൽവെച്ച് ചുട്ടെടുക്കുന്നതാണിത്. ചുടുന്നതിന് മുമ്പേ കുടൽ ഒഴിവാക്കി അകത്ത് ഉപ്പ് തേയ്ക്കുന്നു.

ഘൗസി: ഇത് ഇറാക്കിലെ ഒരു പ്രസിദ്ധ പാചകമാണ്. വിരുന്നുകളിലും വലിയ ദേശീയ സൽക്കാരങ്ങളിലും ഘൗസി കാണാം. അറുത്ത ആട്ടിൻകുട്ടിയെ കുടലും തൊലിയും കളഞ്ഞു മുഴുക്കെ വേവിക്കുന്നു. അതിനുശേഷം ഉള്ളിൽ ചോറ്, ഇറച്ചി, മസാല എന്നിവ നിറച്ചശേഷം വലിയ തളികയിൽ ഭംഗിയായി അലങ്കരിച്ചുവെക്കുന്നതാണ് ഘൗസി. ഓരോരുത്തരും ആവശ്യത്തിന്നനുസരിച്ചു സ്വയം മുറിച്ചെടുത്തു ഭക്ഷിക്കുന്നു.

സൽക്കാരവേളകളിൽ പാശ്ചാത്യവും പൗരസ്ത്യവുമായ പലതരം മധുരപലഹാരങ്ങളും സാധാരണയാണ്.

നന്നായി ഭക്ഷണം കഴിക്കുന്ന ഇറാഖികൾ ആരോഗ്യവാന്മാരാണെന്ന് പറയേണ്ടതില്ലല്ലോ. ചെറിയ കുട്ടികൾപോലും അനായാസം പൊക്കുന്ന ഭാരം കാണുമ്പോൾ എനിക്കദ്ഭുതം തോന്നാറുണ്ട്. എനിക്കുണ്ടായ ഒരനുഭവം ഇവിടെ പകർത്തട്ടെ. തിരക്കുള്ളൊരു തെരുവിൽ ഞാനൊരു ദിവസം കാർ പാർക്കു ചെയ്തു. തലങ്ങനേയും വിലങ്ങനേയും പലരും പാർക്കു ചെയ്തിരുന്നതിനിടയ്ക്കാണ് എന്റെ കാർ നിർത്തിയത്. ബാങ്കിലെ എന്റെ ജോലി കഴിഞ്ഞു തിരിച്ചുവന്നപ്പോൾ എന്റെ കാറിനു പിറകിലും മറ്റൊരു കാർ പാർക്കു ചെയ്തിരിക്കുന്നു. എനിക്ക് കാർ പുറത്തേക്കെടുക്കാൻ യാതൊരു നിവൃത്തിയുമില്ല. കാറിന്നു പിന്നിൽ പാർക്കു ചെയ്യുന്നത് നിയമവിരുദ്ധവുമാണ്. അഞ്ചു മിനിട്ട് കാത്തുനിന്നിട്ടും കാറുകാരനെ കാണുന്നില്ല. അടുത്തുള്ള പൊലീസുകാരനെ വിവരമറിയിച്ചു.

അയാൾ ഓടിവന്ന് ഒച്ചയിട്ടു. വിസിലടിച്ചു. കാറുടമയെ കാണുന്നില്ല. ഉടനെ അയാൾ അടുത്തുണ്ടായിരുന്ന മൂന്നുപേരെക്കൂടെ സഹായത്തിനു വിളിച്ചു. പിറകിലുള്ള കാർ നാലുപേരുംകൂടെ പൊക്കി ഒരു ഭാഗത്തേക്ക് വെച്ച് ഉസ്താദിന്റെ കാറിന് വഴിതന്നു. അവരുടെ ആരോഗ്യവും സൗഹൃദവും ഒന്നിച്ചുചേർന്നതിന്റെ പരിണതഫലം.

വിവാഹത്തിന്റെ കാതലായ വശം മറ്റു മുസ്ലിംകളെപ്പോലെ നിക്കാഹ്തന്നെ. എങ്കിലും അതിനെ ചുറ്റിപ്പറ്റിയുള്ള ആചാരമര്യാദകൾ വിഭിന്നമാണ്. ഇവിടെ വിവാഹം നമ്മുടെ നാട്ടിലെപ്പോലെ വീട്ടുകാരും നാട്ടുകാരും ഒരുപോലെ അറിഞ്ഞുകൊണ്ടുള്ള സംഭവമല്ല. പ്രശസ്ത അതിഥികളും പത്രവാർത്തകളും വിവാഹാഘോഷങ്ങളിൽ സ്വാധീനം ചെലുത്തുന്നില്ല. സ്ത്രീ വിവാഹക്കമ്പോളത്തിൽ വിലപേശപ്പെടുന്നൊരു ചരക്കല്ലെന്നതാണ് പ്രധാനം. സ്ത്രീയെ പുലർത്താൻ ധനശേഷിയും സൗകര്യവുമുള്ളൊരു പുരുഷനേ വിവാഹം കഴിക്കാൻ പറ്റൂ. സ്ത്രീധനം കൊണ്ട് ധൂർത്തടിക്കുന്ന പുരുഷന്മാരില്ല. ഉദ്യോഗമോ കച്ചവടമോ തൊഴി ലാക്കിയ ചെറുപ്പക്കാരോട് അവർ എന്തിനിങ്ങനെ അദ്ധ്വാനിച്ചു പണ മുണ്ടാക്കുന്നുവെന്നാരാഞ്ഞാൽ സാധാരണ കിട്ടുന്ന ഉത്തരമിതാണ്. ഒരു കാർ വാങ്ങാനും പെണ്ണ് കെട്ടാനും. സ്ത്രീക്ക് 'മെഹർ' ആയി പുരുഷൻ ഒരു സംഖ്യ കൊടുക്കണം. അവൾക്കുവേണ്ടി വസ്ത്രങ്ങളും ആഭരണ ങ്ങളും പുരുഷൻതന്നെ ഉണ്ടാക്കണം. വിവാഹിതരായാൽ പെണ്ണിനെ പുലർത്തേണ്ട പൂർണ്ണ ചുമതലയും പുരുഷനുതന്നെ. ഇതിനൊക്കെ കഴിവുണ്ടെങ്കിലേ പെണ്ണിനെ അന്വേഷിക്കേണ്ടൂ എന്നാണ് സമൂഹ ചിട്ട. പ്രായപൂർത്തി എത്തി വീട് നിറഞ്ഞുനിൽക്കുന്ന പെൺകുട്ടികളെ ആർക്കെങ്കിലും പിടിച്ചുകൊടുക്കേണ്ടേ എന്ന് മുതലക്കണ്ണീർ ഒലിപ്പിക്കുന്ന ഒരു രക്ഷിതാവിനേയും ഇവിടെ കാണാനൊക്കുകയില്ല. ജ്യേഷ്ഠത്തിയുടെ വിവാഹം നടന്നിട്ടേ അനുജത്തിയുടേതു നടത്താൻ പറ്റൂ എന്ന മര്യാദ യുമില്ല. ആരെത്തേടിയാണ് പുരുഷൻ വരുന്നത് അവരുടെ വിവാഹം ആദ്യം നടക്കുന്നു. അവിവാഹിതർ വീട്ടിലുണ്ടല്ലോ എന്നോർത്ത് ആരും ദുഃഖിക്കുന്നില്ല. വീടിനോ സമുദായത്തിനോ ദുഷ്പേർ വരുത്തുന്ന അവി വാഹിതകളും ഇവിടെയില്ലെന്നു പറയാം. അകന്ന രക്തബന്ധമുള്ളവർ തമ്മിൽ വിവാഹിതരാവുക ഇവിടെ പതിവാണ്. ഇപ്പോൾ ഈ സ്ഥിതി മാറിവരുന്നുണ്ട്. സഹോദരീസഹോദരന്മാരുടെ മക്കൾ തമ്മിലുള്ള വിവാഹം പതിവുണ്ടെന്നു മാത്രമല്ല മുറപ്പെണ്ണിനെ കല്യാണം കഴിക്കണ മെന്നു ശാഠ്യം പിടിക്കുന്നവരുമുണ്ട്.

സാധാരണ ഒരു വിവാഹത്തിന്റെ തുടക്കം കുറിക്കുന്നത് പുരുഷന്റെ അമ്മയും പെങ്ങളും സ്ത്രീയുടെ വീട്ടിലെത്തി പെണ്ണിനെ കണ്ടു സംതൃപ്തരാവുന്നത് മുതൽക്കാണ്. അവർ പെണ്ണിനെ ആഭരണം ചാർ ത്തുകയോ മോതിരമിടുകയോ ചെയ്യുന്നു. അടുത്തകാലത്തായി പരി ഷ്കൃതകുടുംബങ്ങളിൽ ഈ പതിവിനും മാറ്റം സംഭവിച്ചിട്ടുണ്ട്. പുരു ഷനും ഒരുമിച്ചുവന്നു പെണ്ണിനെ മോതിരമണിയിപ്പിക്കുന്നു. ഈ ദിവസം

കൈകൊട്ടിപ്പാടി ഉല്ലസിക്കുകയും ചെയ്യുന്നു. അടുത്തപടി 'നിക്കാഹ്' നടത്തുക എന്നതാണ്. നിശ്ചിതദിനം ഖാസി (ന്യായാധിപൻ) പുരുഷന്റെയും സ്ത്രീയുടെയും വസതിയിലെത്തി. ഇരുപേരുടെയും സമ്മതമാരാഞ്ഞു വിവാഹം രജിസ്റ്റർ ചെയ്യുന്നു. ഇവിടത്തെ 'ഖാസി' നിയമബിരുദധാരിയും ഒരു ന്യായാധിപന്റെ എല്ലാ സ്ഥാനമാനങ്ങളുമുള്ള ഗവ. ഉദ്യോഗസ്ഥനുമാണ്. വിവാഹക്കോടതിയിലെ പ്രധാനിയും അദ്ദേഹം തന്നെ.

പുരുഷനും സ്ത്രീക്കും കോടതിയിൽ ചെന്നും വിവാഹം രജിസ്റ്റർ ചെയ്യാം. സ്ത്രീക്ക് പകരം അവരുടെ പ്രതിനിധിയായാലും മതി. പെണ്ണിനെ പുരുഷന്റെ വീട്ടിലേക്കാനയിക്കുക എന്നതാണടുത്ത പരിപാടി. ഇത് മിക്കവാറും വ്യാഴാഴ്ചയാവുകയാണ് പതിവ്. വെള്ളിയാഴ്ച ഒഴിവുദിനമായതാവാം ഇതിനു കാരണം. പുരുഷന്റെ കുടുംബക്കാരായ സ്ത്രീകളും കുട്ടികളും പെൺവീട്ടിലെത്തുന്നു. പെൺവീട്ടിലെ സ്ത്രീകളും പെണ്ണിന്റെ സ്നേഹിതകളുമൊരുമിച്ച് പുരുഷന്റെ വീട്ടിലേക്ക് തിരിക്കുന്നത് വർണ്ണപ്പകിട്ടുള്ളൊരു വാഹനഘോഷയാത്ര മാർഗ്ഗമാണ്. ഈ ഘോഷയാത്രയിൽ അലങ്കരിച്ച കാറുകളും ടാക്സികളും സാധാരണയാണ്. ഏത് പാവപ്പെട്ടവനും ഈ യാത്ര സംഘടിപ്പിക്കുന്നു. വാഹനങ്ങൾ നഗരം ചുറ്റുകയും സ്ത്രീകൾ കൈകൊട്ടിപ്പാടുകയും ചെയ്യുന്ന കാഴ്ച ഓരോ വ്യാഴാഴ്ചയും സാധാരണയാണ്. വധൂവരന്മാർ അയൽവാസികളായാലും ഇങ്ങനെ ഒരു വാഹനഘോഷയാത്ര നയിച്ചേ അവർ പുരുഷന്റെ വീട്ടിലെത്തൂ. ഈ സമയത്തെല്ലാം പുരുഷൻ അയാളുടെ സുഹൃത്തുക്കളൊരുമിച്ച് സമയം ചെലവഴിക്കുന്നു. അവർക്കുവേണ്ടി പൊതുഹാളിലോ ഹോട്ടലിലോ അത്താഴമൊരുക്കുന്നു. അത്താഴശേഷം സുഹൃത്തുക്കളൊരുമിച്ചു വരൻ സ്വവസതിയിലെത്തുന്നു. സുഹൃത്തുക്കൾ അയാളെ പുതുവസ്ത്രങ്ങളണിയിച്ചശേഷം മണിയറയിലേക്കാനയിക്കുന്നു. അപ്പോഴേക്കും വധു മണിയറയിൽ എത്തിക്കഴിഞ്ഞിട്ടുണ്ടാവും. ഇടത്തരം കുടുംബങ്ങളിലെ ആചാരങ്ങളാണിവ. അടുത്തകാലത്തായി പല മാറ്റങ്ങളും സംഭവിച്ചിട്ടുണ്ട്. വിദ്യാസമ്പന്നരും ആധുനികരും ഈ ആചാരങ്ങളൊന്നും ദീക്ഷിക്കുന്നില്ല. നിക്കാഹ് കഴിഞ്ഞാൽ ഒരു ദിവസം പുരുഷൻ സ്ത്രീയേയുംകൂട്ടി സുഖവാസസ്ഥലങ്ങളിലോ വിദേശങ്ങളിലോ പോയി മധുവിധു ആഘോഷിച്ചുവരികയെന്നതും ഒരു പതിവായി മാറിയിട്ടുണ്ട്.

പഴയ കാലങ്ങളിൽ ബഹുഭാര്യാത്വം ഇറാഖിൽ സാധാരണയായിരുന്നു. ഇന്നത്തെ തലമുറയിൽ ഇതില്ലാതായിട്ടുണ്ട്. കലാലയങ്ങളിൽ വെച്ചോ ജോലിസ്ഥലങ്ങളിൽവെച്ചോ കണ്ടുമുട്ടി പ്രേമബന്ധിതരായി വിവാഹിതരായിത്തീരുക എന്നതും ഇക്കാലത്ത് കുറവല്ല. പ്രേമബന്ധത്തിൽപ്പെട്ടവർപോലും അവരുടെ നിത്യജീവിതത്തിൽ അതിർവരമ്പുകൾ ലംഘിക്കാറില്ല. അവിഹിതബന്ധങ്ങൾ കുറവാണെന്ന് സാരം.

ഇറാഖി ജീവിതത്തിന്റെ മറ്റൊരു മുഖച്ഛായ നിത്യജീവിതത്തിൽ ഉച്ചനീചത്വങ്ങളില്ലെന്നുള്ളതാണ്. ഓരോരുത്തനും അവന്റേതായ

വ്യക്തിത്വമുണ്ട്. ഇത് മറ്റുള്ളവർ മാനിക്കുകയും ചെയ്യുന്നു. പണക്കാര നേയോ മേലുദ്യോഗസ്ഥനേയോ കാണുമ്പോൾ ഓച്ഛാനിച്ചു നിൽക്കുന്ന പതിവില്ല. ഒരു ഓഫീസിലെ ഭരണമേധാവിയും അവിടുത്തെ തൂപ്പു കാരനും സമനിലയിൽനിന്നു സംസാരിക്കുന്നതു കാണാം. അന്യോന്യം സിഗരറ്റ് കൈമാറിയേക്കും. താഴേക്കിടയിലുള്ളവർ തങ്ങളുടെ മേധാവി കളെ ബഹുമാനിക്കുന്നില്ലെന്നർത്ഥമില്ല? സ്ഥാനത്തിന്നനുസരിച്ച് ഉപചാര മര്യാദകൾ എല്ലാവരും പാലിക്കുന്നുണ്ട്. മാനുഷികബന്ധങ്ങളിൽ ഈ സ്ഥാനവ്യത്യാസങ്ങൾ സ്വാധീനം ചെലുത്തുന്നില്ലെന്നർത്ഥം. ഒരു ഓഫീ സിലെ ഏറ്റവും വലിയ ഉദ്യോഗസ്ഥന്റെ ഭാര്യ അതേ ഓഫീസിൽ ഏതെ ങ്കിലും വകുപ്പിൽ ചെറിയ സ്ഥാനത്ത് ജോലി ചെയ്യുക എന്നതും സാധാ രണയാണ്. സൈനിക സ്ഥാപനങ്ങളിലൊഴികെ അവരവരുടെ വസ്ത്ര ധാരണരീതിയിൽനിന്ന് തങ്ങളുടെ ഔദ്യോഗികപദവിയെക്കുറിച്ച് അനു മാനിക്കാനും വിഷമമാണ്. കാരണം എല്ലാവരും ഭംഗിയായി വസ്ത്ര ധാരണം ചെയ്യുന്നു.

ചുരുക്കത്തിൽ ഇറാഖികളുടെ ജീവിതരീതി കാലാവസ്ഥാമാറ്റങ്ങൾക്ക നുസരിച്ചു മാറിക്കൊണ്ടിരിക്കുന്നുവെന്നു പറയാം. ജൂൺ മുതൽ ഒക്ടോ ബർ വരെ ഉഷ്ണകാലമാണ്. വിദ്യാഭ്യാസസ്ഥാപനങ്ങൾക്കീ കാലം ഒഴി വാണ്. തുർക്കി മുതൽ ലണ്ടൻ വരെയുള്ള യൂറോപ്യൻനാടുകളിലേക്കു സുഖവാസത്തിനു പോകുന്ന ഇറാഖികളുടെ തിരക്ക് ഓരോ കൊല്ലവും വർദ്ധിച്ചുവരികയാണ്. പത്തുമാസത്തെ സമ്പാദ്യം രണ്ടുമാസംകൊണ്ട് വിദേശങ്ങളിൽ കലക്കിവരുന്ന പലരേയും കാണാം.

അലാവുദ്ദീൻ വിളക്ക്

നവംബർ മുതൽ ഫെബ്രുവരിവരെയുള്ള കാലം ശൈത്യകാലമാണ്. തണുപ്പ് പല ദിവസങ്ങളിലും പൂജ്യത്തിനു താഴെ. ഇക്കാലത്തുതന്നെയാണിവിടെ മഴക്കാലവും. ഇക്കാലത്ത് സാമൂഹ്യചടങ്ങുകളും സന്ദർശനങ്ങളും കുറവാണ്. നല്ല ഭക്ഷണവും കഴിച്ച് ടെലിവിഷനും ദർശിച്ച് ഒഴിവു സമയങ്ങൾ വീട്ടിനകത്തുതന്നെ ചെലവഴിക്കാനാണ് പലരും ഇഷ്ടപ്പെടുക. ശൈത്യകാലം അടുത്ത വർഷത്തെ ജനനനിരക്ക് വർദ്ധിപ്പിക്കുമെന്നനുമാനിക്കുന്നതിൽ തെറ്റില്ല. വീട്ടിനകം ചൂടാക്കാനുള്ള സാമഗ്രികൾ എല്ലാ വീട്ടിലുമുണ്ട്. മണ്ണെണ്ണ ഒഴിച്ചു കത്തിക്കുന്ന 'അലാവുദ്ദീൻ' വിളക്കുകൾ ഇവിടെ സാധാരണമാണ്. കത്തിച്ചാൽ വൃത്താകൃതതിരിയിൽ നീലജ്വാലകളുണ്ടാകുന്നു. അരമണിക്കൂറിന്നകം മുറി ചൂടാവുന്നു. പരവതാനി വിരിച്ചു മുറിയിൽ കത്തിച്ചുവെച്ച അലാവുദ്ദീൻ വിളക്കിന് ചുറ്റുമിരുന്ന് ഇസ്തിക്കാനിൽ ചായയും കുടിച്ച് ടെലിവിഷൻ കണ്ടാനന്ദിക്കുന്ന എട്ടും പത്തും കുട്ടികളുള്ള ഒരു കുടുംബത്തെ സങ്കല്പിക്കൂ. ഇതാണ് ഒരു സാധാരണ ഇറാഖി കുടുംബം.

മാർച്ച് മുതൽ മൂന്നുമാസങ്ങൾ ഇവിടെ വസന്തകാലമാണ്. ഇതുവരെ കൂട്ടിലടഞ്ഞിരുന്ന കിളികൾ ആഹ്ലാദപൂർവ്വം തിമർത്തു പറക്കുകയായി. വസന്തകാലോത്സവങ്ങളുടെ തിരതല്ല്. ചിരിക്കുന്ന മുഖങ്ങൾ. ഗാനമേളകളും കലാപരിപാടികളും. ഇതുവരെ ഉറങ്ങിക്കിടന്നിരുന്ന ഗ്രാമങ്ങൾ ഉണരുന്നു. നാടോടിപ്പാട്ടുകളും നാടൻനൃത്തങ്ങളും. ഇവിടത്തെ ഗായകരേയും ഗായികമാരേയും നൃത്തഗായകരെന്ന് വിശേഷിപ്പിക്കാം. ശരിക്ക് നിന്നോ ഇരുന്നോ പാടുന്നവർ ദുർല്ലഭമാണ്. ചരിഞ്ഞും മറിഞ്ഞും ശരീരമിളക്കിക്കൊണ്ടാണ് പാട്ടുകൾ. ഇടയ്ക്ക് കൈകൊട്ടിയെന്നും വരും. സാധാരണ സംഭാഷണങ്ങളിൽ ആംഗ്യഭാഷ ഉപയോഗിക്കുക എന്നതും ഇറാഖികൾക്കിടയിൽ സാധാരണയാണ്. വാർത്താവിനിമയത്തിൽ കൈയും മെയ്യും നാവും ഒരുപോലെ പങ്കെടുക്കുന്നു.

ഇറാഖിലെ ജീവിതത്തിൽ എന്നെ പലപ്പോഴും ആകർഷിച്ചിട്ടുള്ള ഒരു വസ്തുതയാണ് ഇറാഖികൾക്ക് ഭാരതത്തോടും ഭാരതീയരോടുമുള്ള സൗഹൃദഭാവം. ഒരു ഇന്ത്യാക്കാരനെ ഇത്രയധികം ആദരിക്കുകയും സ്നേഹപുരസ്സരം സ്വീകരിക്കുകയും ചെയ്യുന്ന മറ്റേതെങ്കിലും രാഷ്ട്രമുണ്ടോയെന്ന് തോന്നുന്നില്ല. ഇരുരാഷ്ട്രങ്ങളിലെയും നേതാക്കന്മാർ കെട്ടിപ്പടുത്തിട്ടുള്ള ഈ സൗഹൃദം അനുദിനം അരക്കിട്ടുറപ്പിച്ചുകൊണ്ടിരിക്കുന്നു. പൊതുലക്ഷ്യവും പൊതുആവശ്യങ്ങളും രണ്ടു രാഷ്ട്രങ്ങളെയും ബന്ധിപ്പിച്ചിട്ടുണ്ട്. രാജവാഴ്ചയ്ക്കും വർഗ്ഗവിവേചനത്തിനുമെതിരായ ശബ്ദം ഇന്ത്യയും ഇറാഖും ഒരുമിച്ചു മുഴക്കുന്നു. ജനായത്തഭരണത്തിന് ചില അതിർവരമ്പുകളൊക്കെ ആവശ്യമാണെന്ന് ഇരുരാഷ്ട്രങ്ങളും അനുഭവിച്ചറിഞ്ഞിട്ടുണ്ട്. അന്താരാഷ്ട്രകാര്യങ്ങളിലും ഇരുരാഷ്ട്രങ്ങളുടെയും സമീപനം ഏറെക്കുറെ ഒന്നാണ്. പോരാത്തതിന് ഇരുരാജ്യങ്ങൾക്കും നൂറ്റാണ്ടുകൾ അതിജീവിച്ച സംസ്കാരസമ്പത്തുണ്ട്. പ്രാചീന

കാലം മുതൽക്കേ ഇന്ത്യയും ഇറാഖും തമ്മിൽ കൊള്ളക്കൊടുക്കലുകൾ നടന്നിരുന്നുവെന്ന് ചരിത്രകാരന്മാർ സ്ഥാപിച്ചിട്ടുണ്ട്. ഭാരതം ഇറാഖിന്റെ അടുത്ത സുഹൃത്താണെന്ന് സാധാരണ ഇറാഖി പൗരനു കൂടി അറിയാം. ഇത് മനസ്സിലാക്കാൻ ഇറാഖിൽ കൂടുതൽ ദിവസങ്ങൾ താമസിക്കണമെന്നില്ല. ബസ്സിലൂടെയോ ടാക്സിയിലൂടെയോ അഞ്ചുമിനിറ്റ് സഞ്ചരിച്ചാൽ മതി. കണ്ടുമുട്ടുമ്പോൾ ആദ്യം ചോദിക്കുന്നു: "ഇന്ത്യയിൽനിന്നാണോ? പാക്കിസ്താനിൽനിന്നാണോ?" ഇന്ത്യയിൽനിന്നാണ് എന്നറിഞ്ഞാൽ ഇറാഖിയുടെ മുഖം വികസിക്കുകയായി. ടിക്കറ്റെടുക്കാൻ അയാൾ നിങ്ങളെ സമ്മതിക്കുകയില്ല. സിഗരറ്റ് നീട്ടുകയായി. നെഹ്റുവിനെപ്പറ്റിയും ഇന്ദിരാഗാന്ധിയെപ്പറ്റിയും സംസാരിക്കാൻ തുടങ്ങും. കൂട്ടത്തിൽ ശമ്മികപൂറിനെയും ആശാ പരേഖിനെയും അനുസ്മരിച്ചെന്നു വരാം.

ഇറാഖികളുടെ ഈ സൗഹൃദം എന്നേയും കുടുംബത്തേയും പലപ്പോഴും ആശ്ചര്യപ്പെടുത്തിയിട്ടുണ്ട്, ആനന്ദിപ്പിച്ചിട്ടുമുണ്ട്. ഞാൻ ഇറാഖിലെത്തിയിട്ട് ഒരാഴ്ചയേ ആയിട്ടുള്ളൂ. സ്ഥലവും സമ്പ്രദായങ്ങളുമായി ഇണങ്ങിച്ചേർന്നിട്ടില്ല. കടകളിൽനിന്നു സാധനങ്ങൾ വാങ്ങുമ്പോൾ എത്ര ചില്ലറ കൊടുക്കണമെന്നു തപ്പിപ്പിഴയാണ്. ഇതൊഴിവാക്കാൻ എപ്പോഴും വലിയ നാണയങ്ങൾ കൊടുക്കും. ചില്ലറ തിരിച്ചുവാങ്ങും. കൂട്ടത്തിൽ പറയട്ടെ: ഇവിടെ ഏതു കടക്കാരനേയും വിശ്വസിക്കാം. കണിശമായ ചില്ലറ എപ്പോഴും തിരിച്ചു ലഭിക്കും. എണ്ണിനോക്കേണ്ട ആവശ്യമേ ഇല്ല. ഇങ്ങനെ ചില്ലറ വാങ്ങി വാങ്ങി ഒരുപാട് ചില്ലറ കൂടിക്കിടന്നിരുന്നു. ഒരു ദിവസം മെഡിക്കൽ കോളേജിലേക്ക് ടാക്സി പിടിച്ചു. ടാക്സിക്കാരൻ പതിവുപോലെ ഊരും പേരും ചോദിച്ചു. ഇന്ത്യക്കാരനാണെന്നു പറഞ്ഞപ്പോൾ അയാൾ ആഹ്ലാദഭരിതനായി. "ഭോൽ രാജാഭോൽ സംഗം" എന്ന പാട്ട് പാടി കേൾപ്പിച്ചു. സിഗരറ്റ് നീട്ടി.

ഇന്ദിരാഗാന്ധി മൂസുൾ സന്ദർശിച്ച ദിവസം നഗരം ജനപ്രവാഹം കൊണ്ട് നിറഞ്ഞൊഴുകിയ കഥ പറഞ്ഞു. എല്ലാം മൂളിക്കേട്ട് ഞാൻ അയാൾക്ക് കൊടുക്കേണ്ട 400 ഫിൽസ് (12 ക.) ചില്ലറ എണ്ണിക്കണക്കാക്കിക്കൊണ്ടിരുന്നു. അത്രയും ചെറിയ നാണയങ്ങളുടെ ഭാരം കുറയുമല്ലോ എന്നു ഞാൻ സമാധാനിക്കുകയും ചെയ്തു. കോളേജ് പടിക്കലെത്തി. ടാക്സിക്കാരന്റെ നേരെ എണ്ണിക്കണക്കാക്കിയ ചില്ലറ നീട്ടി. അയാളതു വാങ്ങാൻ കൂട്ടാക്കിയില്ല. "സാരമില്ല. പണം വേണ്ട. ഇന്ത്യയും ഇറാഖും സുഹൃത്തുക്കളാണ്." എത്ര നിർബന്ധിച്ചിട്ടും അയാൾ ചാർജ്ജ് വാങ്ങുന്നില്ല. കാരണമെന്തെന്ന് എനിക്കു പിടികിട്ടിയില്ല. വഴിയെ വന്ന ഒരു വിദ്യാർത്ഥി സഹായത്തിനെത്തി. അവൻ തർജ്ജമ ചെയ്തു. ഞാൻ ടാക്സിക്കകത്തിരുന്നു ചില്ലറ എണ്ണിക്കണക്കാക്കുന്നതു കണ്ടപ്പോൾ ടാക്സിക്കാരൻ കരുതി. ഇയാൾ ഇറാഖിലെത്തിയിട്ട് ഒരാഴ്ചയേ ആയിട്ടുള്ളൂ. ശമ്പളം കിട്ടിക്കാണുകയില്ല. ഉള്ള ചില്ലറ നുള്ളിപ്പെറുക്കി എണ്ണി

ക്കണക്കാക്കിയതാണ്. അതാണയാൾ പണം വാങ്ങാൻ മടിച്ചത്. ഇവിടെ എത്തിയ ഉടനെ രണ്ടു മാസത്തെ ശമ്പളം മുൻകൂറായി തരുന്ന വിവരം ഈ സാധുമനുഷ്യനറിയുകയില്ല. ഞാനെന്റെ പോക്കറ്റിൽനിന്നു നോട്ടു കളെടുത്ത് കാണിച്ചപ്പോൾ അയാൾ ചില്ലറ വാങ്ങി.

സമ്പന്നമായ പല രാജ്യങ്ങളും ഇന്ത്യക്കാരെ വീക്ഷിക്കുന്നത് പണം സമ്പാദിക്കാനെത്തിയ പിച്ചക്കാരായിട്ടാണ്. പലരും ഇത് തുറന്നുപറയാറി ല്ലെങ്കിലും അവരുടെ ഭാവങ്ങളിൽനിന്ന് ഈ സത്യം ദർശിക്കാം. പക്ഷേ, ഇറാഖികൾ ഇന്ത്യക്കാരെ കണക്കാക്കുന്നത് സാങ്കേതികവിദഗ്ധരും പരി ശ്രമശാലികളുമായിട്ടാണ്. ഇന്ത്യൻ വിദഗ്ധന്മാർ ഇവിടെ പെരുകിവരുന്ന തിനുള്ള കാരണവും ഇതാണ്.

ഇന്ത്യൻ നിർമ്മിത സാധനങ്ങൾക്കിവിടെ നല്ല കമ്പോളമുണ്ട്. തയ്യൽ മെഷീൻ, ഫാൻ, ഭക്ഷണവസ്തുക്കൾ എന്നിവ ഇന്ത്യയിൽനിന്നിവിടത്തെ കമ്പോളത്തിലെത്തിയാൽ ഉടനെ വിറ്റഴിയുന്നു. പാശ്ചാത്യനിർമ്മിത വസ്തുക്കളേക്കാൾ മുൻഗണന ഇന്ത്യൻ നിർമ്മിത വസ്തുക്കൾക്കു ലഭിക്കുമ്പോൾ എനിക്ക് പലപ്പോഴും അഭിമാനം തോന്നാറുണ്ട്. അങ്ങനെ നാനാതുറകളിലും ഭാരത-ഇറാഖ് സൗഹൃദം വളർന്നുകൊണ്ടിരിക്കുന്നു.

ടൈഗ്രീസിലെ ജലനിരപ്പ് കുറഞ്ഞിരിക്കുന്നു. ഒഴുക്കിന്റെ ശക്തിയും കുറഞ്ഞിട്ടുണ്ട്. എന്റെ മനസ്സിനും ലാഘവം വന്നിരിക്കുന്നു. ആശയ ങ്ങളുടെ സ്വതന്ത്രപ്രവാഹത്തിന് തടസ്സം വരുന്നു. ഇത് താൽക്കാലികം മാത്രം. കാലാവസ്ഥ മാറുമ്പോൾ ടൈഗ്രീസ് നദി നിറഞ്ഞൊഴുകും. അപ്പോൾ എന്റെ സ്വപ്നങ്ങൾ വീണ്ടും തളിർത്തു പുഷ്പിക്കും.

ഇറാഖിനോട് വിട

ഇറാഖിനോട് വിടചൊല്ലി. 40 വർഷം പിന്നിട്ടു. എന്റെ യാത്ര തുടർന്നു കൊണ്ടേയിരുന്നു. സദ്ദാമിന്റെ നാട്ടിൽ നിന്ന് ഗദ്ദാഫിയുടെ നാട്ടിലേക്ക്. അൽഅറബ് മെഡിക്കൽ യൂണിവേഴ്സിറ്റിയിൽ, മനഃശാസ്ത്രജ്ഞൻ, അധ്യാപകൻ. പതിനഞ്ച് വർഷം. ഇടയ്ക്കിടെ യാത്ര. യൂറോപ്പിലേക്ക്. അമേരിക്കൽ നാടുകളിൽ. ഇക്കാലമത്രയും എന്റെ മനസ്സിൽ നിറഞ്ഞു നിന്നിരുന്നത് ടൈഗ്രീസ് നദിയും യൂഫ്രട്ടീസും തന്നെ. അതങ്ങനെയാണ്. ഒരു കാര്യം മനസ്സിൽ പതിഞ്ഞാൽ, സ്ഥിരപ്രതിഷ്ഠയാർജ്ജിച്ചാൽ ആ ചിത്രങ്ങൾ എന്നും മിന്നിതിളങ്ങിക്കൊണ്ടിരിക്കും. അതാണ് നാല്പത് വർഷശേഷവും ഇതെഴുതാൻ എന്നെ പ്രേരിപ്പിച്ചത്.

ഇതിനകം മൂസുൾ പാലത്തിനടിയിലൂടെ ഒരുപാട് വെള്ളം ഒഴുകി. ടൈഗ്രീസ് ചിലപ്പോൾ രക്തപ്പുഴയായി. ശവങ്ങൾ അടിഞ്ഞുകൂടി ഒഴുക്ക് നിലച്ചു. മൂസുൾ കത്തിക്കരിയുന്ന ദൃശ്യങ്ങൾ ടിവിയിൽ കാണുമ്പോൾ നെഞ്ചിടിപ്പു കൂടി. കണ്ണിൽനിന്ന് ടൈഗ്രീസിന്റെ നീർചാലുകൾ ഒഴുകി. പ്രിയപ്പെട്ട അമ്മിയും ഹങ്കാവിയും മുവഫക്കും തലാലുമെല്ലാം ജീവിച്ചിരിപ്പുണ്ടോ? അവരുടെ വീടുകൾ തകർന്നിടിഞ്ഞു തരിപ്പണമായിട്ടുണ്ടാവില്ലേ? അതോ ലക്ഷങ്ങളോടൊത്ത് ഓടിപ്പോയോ? അഭയാർത്ഥി ക്യാമ്പിൽ ജീവിച്ചിരിപ്പുണ്ടോ? ആയിരക്കണക്കിൽ കൂട്ടമരണങ്ങളിൽ അവരുടേതുമുണ്ടോ? ഒരറിവുമില്ല.

പരിചിന്തനം

പല മതങ്ങളുടേയും വർഗ്ഗങ്ങളുടേയും കളിത്തൊട്ടിലാണ് ഇറാഖ്. ഭൂരിപക്ഷം മുസ്ലീംകൾ. അവരിൽ തന്നെ അവാന്തര വിഭാഗങ്ങൾ. സുന്നികളും ഷിയാക്കളും. ക്രിസ്ത്യൻ ന്യൂനപക്ഷം. ഇവരിൽ അർമീനിയക്കാർ, അസ്സീറിയൻസ്, കാൽഡിയൻസ്, മറ്റു വിഭാഗങ്ങൾ എന്നിവയും. ഓരോ വിഭാഗങ്ങൾക്കും പ്രാമുഖ്യമുള്ള വെവ്വേറെ സ്ഥലങ്ങൾ. വടക്ക് പ്രവിശ്യകളിൽ കുർദുകൾക്ക് സ്വാധീനം. സ്വയം ഭരണത്തിനായി പോരാട്ടങ്ങൾ നടത്തുന്ന വിഭാഗം. ഇവർ ഇറാനുമായി അതിർത്തി പങ്കിടുന്നു. കാലാന്തരത്തിൽ വിവിധ വിഭാഗങ്ങൾ ഇടതിങ്ങി സൗഹാർദ്ദത്തോടെ താമസിക്കുന്ന സ്ഥലങ്ങളും പൊങ്ങിവന്നിട്ടുണ്ട്. ഓരോ വിഭാഗങ്ങൾ സ്വന്തം

പൈതൃകവും സംസ്ക്കാരവുമുള്ളവർ. സംഘർഷങ്ങൾക്കും സംഘട്ടനങ്ങൾക്കും സാധ്യതയുള്ള ഭൂപ്രദേശങ്ങളും ജീവിത രീതിയും. എല്ലാ വിഭാഗങ്ങൾക്കുമുള്ള ആരാധനാലയങ്ങളും സാംസ്കാരികചിഹ്നങ്ങളും ഇറാക്കിലുടനീളം കാണാം. ഇവരെല്ലാം സൗഹാർദ്ദത്തോടെ, നാനാത്വത്തിൽ ഏകത്വം അംഗീകരിച്ചു ജീവിക്കുന്നൊരു ഇറാക്കിനെയാണ് 40 വർഷം മുമ്പേ ഞാൻ പരിചയപ്പെട്ടത്. ഇതിന് പ്രധാന കാരണം ഇറാഖിന് ശക്തനായൊരു നേതാവുണ്ടായിരുന്നു. സദ്ദാം ഹുസൈൻ. അത്തരം ഒരു നേതാവിന്റെ അഭാവത്തിൽ ഇറാഖ് എന്നോ ശിഥിലപ്പെട്ടു പോയേനേ. സദ്ദാമിനെ തൂക്കിലേറ്റിയതോടെ ഇന്നത് സംഭവിച്ചിരിക്കുന്നു. അരാജകത്വം, ആഭ്യന്തര കലഹം, അനായകത്വം എന്നൊക്കെ അതിനെ വിശേഷിപ്പിക്കാം.

സദ്ദാം കുർദുകൾക്ക് കുറേയൊക്കെ സ്വയം ഭരണാവകാശം കൊടുത്തു. താക്കോൽ അദ്ദേഹത്തിന്റെ കയ്യിൽ തന്നെ. സുന്നി വിഭാഗക്കാരനായ സദ്ദാമിന് ന്യൂനപക്ഷക്കാരായ സുന്നി മുസ്ലീംകൾ പിന്തുണ നൽകി. ഓരോരുത്തർക്കും അവരവരുടേതായ വിശ്വാസങ്ങൾക്കനുസരിച്ചു ജീവിക്കാനുള്ള സാഹചര്യം സൃഷ്ടിച്ചു. ഇതൊക്കെ ചെയ്യേണ്ടി വന്നപ്പോൾ അദ്ദേഹത്തിനൊരു ഏകാധിപതിയുടെ പരിവേഷം വന്നു. ഇവർക്കിടയിൽ ശാന്തിയും സമാധാനവും നിലനിൽക്കണമെങ്കിൽ ശക്തനായൊരു നായകനേ സാധിക്കൂ. ബാത്ത് പാർട്ടിയും അറബ് സോഷ്യലിസവുമൊക്കെ പ്രസംഗിക്കുകയും ചെയ്തു. ഭരണം അറബ് സോഷ്യലിസത്തിലൂന്നിയ ബാത്ത് പാർട്ടിയുടേത്. തിരഞ്ഞെടുപ്പുകൾ നടക്കുന്നു. പാർലിമെന്റ് നിലവിൽ വരുന്നു. കാബിനറ്റിനെ പ്രഖ്യാപിക്കുന്നു. എല്ലാം സദ്ദാം ഹുസൈന്റെ വരുതിയിൽ. എതിരാളികളെ വകവരുത്തും. നാട്ടിൽ എന്ത് സംഭവിച്ചാലും അദ്ദേഹത്തിനറിയാം. മുക്കിലും മൂലയിലും ചാരന്മാർ. എവിടെയെങ്കിലും അപശബ്ദമുണ്ടായാൽ ഉടനെ ഇടപെടും. കണ്ണുരുട്ടൽ. വിരട്ടൽ. തട്ടിക്കൊണ്ട് പോകൽ. ഇതൊക്കെ നിത്യ സംഭവം. പക്ഷേ നാട്ടിൽ പരക്കെ സമാധാനം. മതസ്വാതന്ത്ര്യം. സഞ്ചാര സ്വാതന്ത്ര്യം എന്നിവയുണ്ടായിരുന്നു.

സദ്ദാം ഹുസൈൻ - ഉയർച്ചയും വീഴ്ചയും

ഒരുകാലത്ത് ഇറാഖിന്റെ ചോദ്യം ചെയ്യപ്പെടാത്ത അനിഷേധ്യ നേതാവായിരുന്നു സദ്ദാം. അദ്ദേഹത്തിന് ഈ നിലയിലൊരു അന്ത്യം ഞാൻ ഇറാഖിലുള്ള കാലത്ത് ആരും പ്രവചിച്ചിരുന്നില്ല. ഊഹിക്കപോലും ചെയ്തിരുന്നില്ല. ഇതെങ്ങനെ സംഭവിച്ചു? ചുറ്റുപാടിന്റെ പ്രേരണയാൽ സദ്ദാം ഒരു ഏകാധിപതിയായി. എഴുപതുകളിൽ കുതിച്ചുയർന്ന എണ്ണവില അപ്രതീക്ഷിത സമ്പദ് സമൃദ്ധി കൈവരിച്ചു. രാജ്യത്തെ ഒന്നായെടുക്കുമ്പോൾ ജനതയുടെ ഭൂരിഭാഗം ഷിയവിഭാഗക്കാരാണ്. സദ്ദാമാണെങ്കിൽ കടുത്ത സുന്നിയും. ഭരണത്തിന്റെ താക്കോൽ സ്ഥാനങ്ങളിലെല്ലാം

സദ്ദാമിന്റെ നാട്ടിൽ

സുന്നി വിഭാഗങ്ങളെ സ്ഥാപിച്ചു. പട്ടാളത്തിലും കാര്യപ്പെട്ട ഇടങ്ങളി ലൊക്കെ സുന്നി മേധാവിത്വം. ഭൂരിപക്ഷം വരുന്ന ഷിയാക്കളെ ചൊടിപ്പി ക്കാൻ ഇത് കാരണമായി. പോരാത്തതിന് പാശ്ചാത്യ ശക്തികളുടെ കണ്ണിൽ കരടാവാനും കാരണമായി. വടക്ക് കുർദുകൾ കുർദിസ്ഥാൻ അവകാശമുയർത്തിക്കൊണ്ടിരുന്നു. പ്രത്യക്ഷത്തിലില്ലെങ്കിലും ഇറാൻ അവർക്ക് സഹായങ്ങളുമെത്തിച്ചു. ഇറാനുമായുള്ള അതിർത്തി തർക്ക ങ്ങൾക്ക് ആക്കം കൂടി. ഇതിന്റെ പരിണിത ഫലമായിരുന്നു ഇറാൻ ഇറാഖ് യുദ്ധം. ഇതെല്ലാം അമേരിക്കയിലിരുന്നു വീക്ഷിക്കുന്ന വല്ല്യേട്ടൻ ഇടപെട്ടു. സദ്ദാം ഹുസൈന് സൈനിക സഹായവും ആയുധ സഹായ വുമായി. ഇറാനെ അടിക്കുന്നതുകണ്ട് അമേരിക്ക രസിച്ചു. യുദ്ധം 7 വർഷം നീണ്ടുനിന്നു. യു.എൻ പലപ്പോഴും ഇടപെട്ടു. ലോകരാഷ്ട്രങ്ങൾ ഇടപെട്ടു. വെടി നിർത്തലായി. ഉടമ്പടിയായി. യുദ്ധം അവസാനിച്ചു.

അടുത്തത് യുദ്ധാനന്തര പുനർനിർമ്മാണം. എണ്ണപ്പാടങ്ങൾക്ക് കനത്ത പ്രഹരമേറ്റിരുന്നു. ഈ നാടുകളിലൊക്കെ യുദ്ധമുണ്ടായാൽ എണ്ണപ്പാടങ്ങൾ നശിപ്പിക്കുക എന്നതാണ് ശത്രുവിന്റെ പ്രധാന ലക്ഷ്യം. കാരണം, സമ്പദ്ഘടനയെ താളം തെറ്റിക്കാനുള്ള എളുപ്പ വഴിയാണിത്. പുനർനിർമ്മാണത്തിനും വൻകിട അമേരിക്കൻ കമ്പനികളുടെ വരവായി. ഈ യുദ്ധത്തിന്റെ ബാക്കിപത്രമെന്താണ്? അമേരിക്കയുടെ ആയുധങ്ങൾ ചെലവായി. സൈന്യങ്ങളെ വിക്ഷേപിച്ചതിനുള്ള പ്രതിഫലം വേറെ. യുദ്ധാനന്തര നിർമ്മാണങ്ങൾക്കുള്ള കോൺട്രാക്റ്റുകൾ. ഓയൽ സമ്പത്ത് കൊണ്ട് തടിച്ചുവന്നിരുന്ന ഇറാഖിന്റെ സാമ്പത്തിക ഘടന തകർന്നു. എല്ലാ നിലയ്ക്കും നേട്ടം അമേരിക്കയ്ക്ക്. ലോകത്ത് എവിടെയൊക്കെ

അമേരിക്ക ഇടപെട്ടിട്ടുണ്ടോ അവിടെയൊക്കെ ഇതു തന്നെയാണ് സ്ഥിതി. അന്തിമനേട്ടം അമേരിക്കയ്ക്ക്. വിയറ്റ്നാം യുദ്ധം മാത്രമാണ് ഇതിന്നപവാദമായിട്ടുള്ളത്.

ഇതെല്ലാം കാരണം സദ്ദാമിനു പിന്തുണ കുറഞ്ഞുകുറഞ്ഞുവന്നു. ഭരണം നിലനിർത്താൻ സദ്ദാം കൂടുതൽ കൂടുതൽ ഏകാധിപതിയായി മാറി. വിദ്യാസമ്പന്നരായ ധാരാളം പേർ യൂറോപ്പിലും അമേരിക്കയിലും ചേക്കേറിതുടങ്ങി. അവിടെയൊക്കെ ചെറുസംഘങ്ങളുണ്ടാക്കി വിമോചന പ്രസ്ഥാനങ്ങൾക്ക് ആക്കം കൂട്ടി. പാശ്ചാത്യ രാഷ്ട്രങ്ങൾ അവർക്ക് പിന്നാമ്പുറ സഹായങ്ങൾ നൽകാനും തുടങ്ങി.

ഗൾഫ് യുദ്ധം

ഓയൽ റവന്യു മതിയാവാതായി. ഇറാൻ യുദ്ധകാലത്ത് അയൽരാജ്യമായ കുവൈത്ത് വലിയ തോതിൽ സാമ്പത്തിക സഹായം കടമായി സദ്ദാമിന് നൽകിയിരുന്നു. അവരത് തിരിച്ചു ചോദിച്ചു തുടങ്ങി. സദ്ദാമിന്റെ പ്രതികരണം ഇങ്ങനെ. വാസ്തവത്തിൽ കുവൈത്ത് ഇറാഖിന്റെ ഭാഗമാണ്. ബ്രിട്ടീഷുകാർ വിട്ടുപോകുമ്പോൾ ചെയ്തൊരു പാപമാണ് കുവൈത്തിനെ ഒരു രാജ്യമായി അവരോധിച്ചത്. അതിനാൽ കടം തന്നെന്നു പറയുന്ന വൻസംഖ്യ എഴുതുതള്ളണം. കുവൈത്ത് തയ്യാറായില്ലെന്നു മാത്രമല്ല, ഇറാഖിന്റെ കുതന്ത്രത്തെ മറ്റ് രാഷ്ട്രങ്ങൾക്ക് മുമ്പിൽ അവതരിപ്പിക്കുകയും ചെയ്തു. കുവൈത്തിന്റെ അതിർത്തിയിൽ നിന്നും ഇറാഖ് ഭാഗത്ത് ചരിഞ്ഞ എണ്ണക്കിണറുകൾ നിർമ്മിച്ച് കുവൈത്തിന്റെ എണ്ണ ഊറ്റിയെടുക്കുന്നുവെന്ന്.

അങ്ങനെ തർക്കങ്ങളും ആക്ഷേപങ്ങളും നടക്കുന്നതിനിടയിൽ ലോകത്തെ ഞെട്ടിച്ചു, 1990 ആഗസ്റ്റ് 2ന് കുവൈത്ത് സ്വസ്ഥമായി ഉറങ്ങിക്കൊണ്ടിരുന്നപ്പോൾ, പാതിരാവിൽ ഇറാഖ് സൈന്യം എല്ലാ സന്നാഹങ്ങളോടും കുവൈത്തിലേക്ക് മാർച്ച് നടത്തി. കുവൈത്ത് പിടിച്ചടക്കി. കുവൈത്ത് ഭരണാധികൾ സഊദി അറേബ്യയിലെ തായിഫിലേക്ക് നാട് കടന്നു. സ്വദേശികളും വിദേശികളുമടക്കം ആയിരക്കണക്കിനാളുകൾ രക്ഷപ്പെടുകയോ അഭയാർത്ഥികളായി നാടുവിടുകയോ ചെയ്തു. കൊല്ലങ്ങളോളം കുവൈത്തിൽ ജീവിച്ച ഇന്ത്യക്കാർക്ക് സ്വത്തും സമ്പത്തും ജോലിയുമെല്ലാം ഉപേക്ഷിക്കേണ്ടിവന്നു. വിവിധ രാജ്യങ്ങൾ അവരവരുടെ പൗരന്മാരെ കുവൈത്തിൽ നിന്ന് രക്ഷപ്പെടുത്തി. ഇന്ത്യയിൽനിന്ന് അന്നത്തെ വിദേശകാര്യമന്ത്രി ഇറാഖിൽ പോയി സദ്ദാം ഹുസൈനെ കെട്ടിപ്പിടിച്ചതും ഇന്ത്യക്കാരെ രക്ഷപ്പെടുത്താൻ അനുവാദം ലഭിച്ചതുമെല്ലാം അക്കാലത്ത് വലിയ വാർത്ത ആയിരുന്നുവല്ലോ? സദ്ദാം കുവൈത്തിൽ ഇറാഖി ഭരണാധികാരിയെ പ്രഖ്യാപിച്ചു. അറബ് രാഷ്ട്രങ്ങളും ലോകരാഷ്ട്രങ്ങളും കുവൈത്തിനെ സഹായിക്കാനെത്തി. യു.എൻ പ്രമേയം പാസ്സാക്കി; സായുധ ഇടപെടലിലൂടെ കുവൈത്തിനെ രക്ഷിക്കണമെന്ന്. അങ്ങനെ ഇന്നലെവരെ ഇറാഖിനെതിരെ സദ്ദാമിന്റെ

കൈകോർത്ത് സദ്ദാമിന് എല്ലാ സൈനിക സഹായവും നൽകിയിരുന്ന അമേരിക്ക ഇപ്പോൾ കുവൈത്തിനോട് ചേർന്ന് സദ്ദാമിനെതിരെ തിരിഞ്ഞു. വീണ്ടും അമേരിക്കൻ ആയുധങ്ങൾ, ഇറാഖിനെ തുരത്തൽ, വെടി നിർത്തൽ, കുവൈത്തിൽ അമേരിക്കൻ കമ്പനികളുടെ യുദ്ധാന ന്തര നിർമ്മാണ പ്രക്രിയകൾ. ചരിത്രവും കഥയും ആവർത്തിക്കുന്നു.

അവസാനം ഇറാഖ് സേന ഏഴു മാസത്തിന് ശേഷം പിൻവലിഞ്ഞു. സദ്ദാം ഹുസൈൻ മാപ്പ് പറഞ്ഞു. ഇക്കാലത്ത് സദ്ദാമിന്റെ ജനസമ്മതി താഴോട്ടിറങ്ങിക്കൊണ്ടിരുന്നു.

സദ്ദാമിന്റെ പതനം

70കളിലും 80കളിലും ഇറാഖ് സമ്പന്നരാഷ്ട്രമായിരുന്നു. 1980ന്റെ അവസാനത്തോടെ സാമ്പത്തികശേഷി ക്ഷയിക്കാൻ തുടങ്ങി. ഇറാൻ യുദ്ധത്തോടെ സമ്പദ്ഘടനയുടെ നെല്ലിപ്പടി കാണാൻ തുടങ്ങി. അമേരിക്കയുടെ സഹകരണത്തോടെ കരകയറാൻ തുടങ്ങുമ്പോഴാണ് കുവൈത്ത് യുദ്ധം. 1990 ആയപ്പോഴേക്കും സദ്ദാമിന് തന്നെ ബോദ്ധ്യം വന്നുതുടങ്ങി. തന്റെ കാലിൻചുവട്ടിലെ മണ്ണ് ഇടിയുന്നുവെന്ന്. തന്റെ പതനത്തിന്റെ നാളുകൾ എണ്ണിത്തുടങ്ങി. ഇറാഖ് തന്റെ നിയന്ത്രണ ത്തിൽ നിന്ന് വഴുതി പോകുന്നു. തന്നെ പൂജിച്ചിരുന്ന ജനവിഭാഗം പോലും കൈവിട്ട് തുടങ്ങി. ഇരുമ്പിന് ചൂടുപിടിക്കുമ്പോൾ അടിക്ക് ശക്തി കൂട്ടുക എന്ന തത്ത്വം നന്നായറിയുന്ന അമേരിക്ക 2003ൽ തിരിച്ചടിച്ചു തുടങ്ങി. സദ്ദാമിനെ തുരത്തുകയായിരുന്നു ലക്ഷ്യം. ഇറാഖിനെ അക്രമിക്കാൻ അമേരിക്ക കാരണം ചമച്ചു. ലോകത്തോട് വിളംബരം ചെയ്തു. സദ്ദാം കൂട്ടസംഹാരത്തിനുള്ള ആയുധങ്ങൾ നിർമ്മിക്കുന്നുവെന്ന്. പക്ഷേ, ഇവ യെല്ലാം മിഥ്യയായിരുന്നുവെന്ന് പിന്നീടുണ്ടായ സ്വതന്ത്ര ഏജൻസി കളുടെ പഠനം വെളിപ്പെടുത്തി. സി.ഐ.എ. പോലും ശരിവെച്ചു. അപ്പോ ഴേക്കും സദ്ദാമിന്റെ കഥ കഴിഞ്ഞിരുന്നു.

ഇത്തവണ ഇറാഖി ജനത പ്രതിരോധിക്കാൻ പോയില്ല. അമേരി ക്കൻ സൈന്യം ബാഗ്ദാദ് പിടിച്ചെടുത്തപ്പോൾ ജനം മൗനസമ്മതം നൽകി. അവരുടെ സ്വപ്നം. നാളെ മുതൽ ഇറാഖ് അമേരിക്കയായിതീരു മെന്ന തെറ്റിദ്ധാരണ. ഇതൊരു മിഥ്യാധാരണയാണെന്ന് മനസ്സിലാക്കാൻ കുടുതൽ സമയം വേണ്ടിവന്നില്ല. 9 ഏപ്രിൽ 2003 ബാഗ്ദാദിലെ ഫിർദൗസ് സ്ക്വയറിൽ ജനം തടിച്ചുകൂടി. അമേരിക്കൻ സൈനികർ മുപ്പത് അടി ഉയരമുള്ള സദ്ദാം ഹുസൈന്റെ പ്രതിമയെ വളയം വെച്ചുനിന്നു. ജന കൂട്ടം നൃത്തം ചവുട്ടി. പൊട്ടിച്ചിരിച്ചു. സ്വേച്ഛാധിപതിയുടെ പ്രതിമ ആയുധ ങ്ങളുപയോഗിച്ചു തല്ലിത്തകർത്തു. സദ്ദാം താഴെ വീണു. പലരും കരുതി ഇതോടെ സ്വേച്ഛാധിപത്യം അവസാനിച്ചു. രാജ്യം സ്വതന്ത്രമായി. ജനാധി പത്യം നിലവിൽ വന്നു. തൊഴിലില്ലായ്മ അവസാനിച്ചു. അങ്ങനെ സ്വപ്ന ങ്ങൾ നെയ്തു സന്തോഷിച്ചു. ഈ ദിവാസ്വപ്നങ്ങൾ അസ്തമിക്കാൻ

ദിവസങ്ങളേ വേണ്ടിവന്നുള്ളു ഇപ്പോൾ ഇറാഖിലെ തൊഴിലില്ലായ്മ 15%മാണ്. യുവാക്കൾക്കിടയിൽ ഇത് വളരെ കൂടുതലാണ്. ഇറാഖി ജനതയുടെ പകുതിയും യുവാക്കളാണെന്നോർമ്മിക്കുക.

2003 വരെ ഇറാഖ് വളരെ സുരക്ഷയുള്ളൊരു നാടായിരുന്നു. സദ്ദാമിന്റെ പതനത്തോടെ കോലം മാറി. ന്യൂനപക്ഷമാണെങ്കിലും സുന്നികൾക്ക് മുൻതൂക്കമുള്ള ഭരണമായിരുന്നു. സദ്ദാമിന് ശേഷം ഭരണതലത്തിൽ മുൻതൂക്കം ഷിയാക്കൾക്കായി. പഴയ കണക്ക് തീർക്കാൻ എല്ലാ മാർഗ്ഗങ്ങളുമവർ ഉപയോഗിച്ചു. അഴിമതിയും സ്വജനപക്ഷപാതവും കൊടുകുത്തി വാഴാൻ തുടങ്ങി. എല്ലാ സ്ഥാപനങ്ങളും താറുമാറാക്കി അമേരിക്ക പിൻവാങ്ങി. അവരുടെ ലക്ഷ്യം സാധിച്ചു. സാധാരണ ജനങ്ങൾ ഇത് മനസ്സിലാക്കാൻ സമയമെടുത്തു. കൊള്ളയും കൊലയും നടന്നു. നൂറ്റാണ്ടുകൾ പഴക്കമുള്ള സംസ്ക്കാരത്തിന്റെ ചിഹ്നങ്ങൾ ബാഗ്ദാദ് മ്യൂസിയത്തിൽനിന്ന് അപ്രത്യക്ഷമായി. സ്കൂളുകളും സർവ്വകലാശാലകളും കുറെക്കാലത്തേക്ക് പ്രവർത്തനരഹിതമായി. കയ്യൂക്കുള്ളവൻ കാര്യക്കാരനായി. എവിടെനോക്കിയാലും തമ്മിൽ തല്ല്, വർഗ്ഗകലഹം, ഗോത്രസംഘട്ടനം. ഇറാഖ് നാഥനില്ലാക്കളരിയായി മാറി. പ്രാദേശിക നേതാക്കൾക്ക് ഒന്നും ചെയ്യാനാവാത്ത അവസ്ഥ. സദ്ദാമിനെ തള്ളിപ്പറഞ്ഞിരുന്നവർപോലും അവരുടെ മനസ്സുകളിൽ മന്ത്രിച്ചു. സദ്ദാമിനെ കൈവിട്ടത് അബദ്ധമായി. കണ്ണ് പോയപ്പോൾ കണ്ണിന്റെ വിലയറിഞ്ഞു.

മൂസുളിൽ ഭീകരവാഴ്ച

ബാഗ്ദാദ് കേന്ദ്രീകരിച്ചുള്ള സദ്ദാമിന്റെ ഭരണം തകർന്നപ്പോൾ അതിന്റെ അലയൊലികൾ ശക്തമായി തന്നെ രാജ്യത്തിന്റെ നാനാഭാഗത്തും കണ്ടുതുടങ്ങി. ഷിയാക്കൾ ഭരണതലത്തിൽ പിടിമുറുക്കാൻ തുടങ്ങി. തഞ്ചം കിട്ടുന്നേടത്തൊക്കെ അൽഖയ്ദയും ഐ.എസ്സും നുഴഞ്ഞുകയറാനും ഭീകരാക്രമണങ്ങൾ അഴിച്ചുവിടാനും തുടങ്ങി. ഇതിന്റെ ക്രൂരമായ അനുഭവങ്ങൾക്ക് ഇരയായത് മൂസുൾ ദേശക്കാരാണ്. ടൈഗ്രീസ് നദീ തീരത്ത് സ്ഥിതി ചെയ്യുന്നതും ഇറാഖിലെ രണ്ടാം പട്ടണവുമായ മൂസുൾ ജൂൺ 2014ൽ ഐ.എസ്. പിടിച്ചടക്കി. ഖിലാഫത്ത് (Caliphate) ഭരണം പ്രഖ്യാപിച്ചു. ഇവിടന്നങ്ങോട്ട് മൂന്നു വർഷം അവരുടെ ഭീകര അഴിഞ്ഞാട്ടമായിരുന്നു. നൂറ്റാണ്ടുകൾ പഴക്കമുള്ള പള്ളികളും ചർച്ചുകളും ടാങ്കുകളും ജെസിബിയുമുപയോഗിച്ച് വെറുംകല്ലുകളും ചരലുകളുമാക്കി.

മൂസുൾ ആയിരം വർഷം പഴക്കമുള്ള സാംസ്ക്കാരിക പൈതൃകത്തിന്റെ കലവറയായിരുന്നു. നൂറുകണക്കിനാളുകൾ കൊല്ലപ്പെട്ടു. ആയിരങ്ങൾ എല്ലാം ഇട്ടെറിഞ്ഞു ഓടിപ്പോയി. മനഃപൂർവ്വമുള്ള നശീകരണം. ഈ നശീകരണം ദേവാലയങ്ങൾ മുതൽ ആദിമനിവാസികൾ നിർമ്മിച്ച

കലാശില്പങ്ങൾ വരെ. വിഗ്രഹാരാധനയുടെ ചിഹ്നങ്ങളാണ് ഇവയെല്ലാമെന്നായിരുന്നു ഐ.എസ്സിന്റെ ന്യായീകരണം. തലയ്ക്ക് മത്ത് പിടിച്ചാൽ എന്തൊക്കെ ചെയ്തുകൂടാ.

ലോകശ്രദ്ധ പിടിച്ചുപറ്റുക എന്നതും ഈ ഭീകരരുടെ ലക്ഷ്യങ്ങളിൽ ഒന്നായിരുന്നു. ചരിത്രാവശിഷ്ടങ്ങൾ നശിപ്പിക്കുക, പൂർവ്വ സംസ്ക്കാരത്തിന്റേയും ഭരണകൂടങ്ങളുടേയും അടയാളങ്ങൾ ഇല്ലാതാക്കുക. അങ്ങനെ അവരുടേതായ ഭരണം നിലനിർത്തുക എന്നതും അവരുടെ ലക്ഷ്യമായിരുന്നു. ഇതിനൊക്കെ പുറമെ ഈ അമൂല്യ ചരിത്ര സാക്ഷ്യങ്ങളും ശില്പങ്ങളും കൊള്ളയടിച്ചു, നാട് കടത്തി. സാമ്പത്തിക നേട്ടങ്ങൾ കൈവരിക്കുക എന്നതും അവരുടെ താത്പര്യവുമായിരുന്നുവെന്ന് പഠനങ്ങൾ വ്യക്തമാക്കുന്നു. കൊള്ളയടിച്ച ഈ അമൂല്യ വസ്തുക്കൾ വാങ്ങാൻ യൂറോപ്പിലും മറ്റ് പാശ്ചാത്യ നാടുകളിലും കാത്തിരിക്കുന്ന കള്ളക്കടത്ത് സംഘങ്ങളുണ്ട്. ഭീകര സംഘങ്ങളുടെ ചെയ്തികൾക്ക് പണം കണ്ടെത്താനുള്ളൊരു മാർഗ്ഗമാണ് ഈ കൊള്ളയടി.

ഐ.എസ് മൂസുളിൽ ആധിപത്യം സ്ഥാപിച്ച ആദ്യ നാളുകളിൽ തന്നെ പ്രധാനപ്പെട്ട ഷിയാപള്ളികൾ തകർത്തു. അവയിൽ അൽഖുബ്ബ ഹുസൈനിയ പള്ളി, 1880ൽ പണിതീരാത്ത ഹാമു അൽഖദുപള്ളി എന്നിവ പ്രസിദ്ധമാണ്. അവർ സ്ഫോടക വസ്തുക്കളുപയോഗിച്ച് തകർത്ത മറ്റൊരു പള്ളിയാണ് പേരുകേട്ട അൽനൂരി വലിയ പള്ളി. ഇവിടെ വെച്ചായിരുന്നു ഐ.എസ് നേതാവ് അബൂബക്കർ അൽ ബഗ്ദാദി ആദ്യമായി മൂസുളിൽ ഖിലാഫത്ത് ഭരണം പ്രഖ്യാപിച്ചത്. പ്രസിദ്ധമായ ചർച്ചുകളും കന്യാമഠങ്ങളും അവരുടെ ക്രൂരതയ്ക്കിടയായി. വെർജിൻ മേരി ചർച്ച്, ദായിർമാർ ഏലിയ (ഇറാഖിലെ ആദ്യത്തെ മൊണാസ്ട്രി), സെന്റ്. മാർകുർക്കാസ് ചർച്ച്, സഅഖാദിമ ചർച്ച് എന്നിവയും ബുൾഡോസറുകൾക്കിരയായി. അന്തേവാസികൾ ഓടിപ്പോവുകയോ ചിലരൊക്കെ മരണത്തിനു വഴങ്ങുകയോ ചെയ്തു. പൂർവ്വ പ്രവാചകൻമാരുറങ്ങുന്ന നാടാണ് മൂസുൾ. ഇവരുടെ പേരിലെല്ലാം പള്ളികളും ശവകുടീരങ്ങളുമുണ്ട്. ഇതെല്ലാം നശിപ്പിക്കുന്നതിൽ ഐ.എസ്. പ്രത്യേക ശ്രദ്ധ വെച്ചു.

മൂസുൾ യൂണിവേഴ്സിറ്റി ലൈബ്രറിയുടെ നല്ലൊരു ഭാഗം അഗ്നിക്കിരയാക്കുകയും സ്പോടനങ്ങളുപയോഗിച്ചു തകർക്കുകയും ചെയ്തു.

ഇറാഖിൽ ഞാൻ സന്ദർശിച്ച ചരിത്ര പ്രധാന ഇടങ്ങളിൽ പെട്ടതാണ് നിംറൂത്, ഹത്ര എന്നീ സ്ഥലങ്ങൾ. പൗരാണിക ഭരണകൂടങ്ങളുടെ കഥ പറയുന്ന ഗേറ്റുകളും കൊട്ടാര ദൃഷ്ടാന്തങ്ങളും കോട്ടച്ചുമരുകളുമെല്ലാം 40 വർഷം മുമ്പ് നേരിൽ കണ്ടു അത്ഭുതം കൂറിയിട്ടുള്ളതാണ്. അതിനെപ്പറ്റിയെല്ലാം ഈ പുസ്തകത്താളുകളിൽ രേഖപ്പെടുത്തിയിട്ടുമുണ്ട്. ഇന്നവിടെ ചെന്നാൽ നമുക്കൊന്നും ദർശിക്കാൻ സാധ്യമല്ല. എല്ലാം ഐ.എസ്. ഭരണം നശിപ്പിച്ചു. നിലം പരിശാക്കി.

2014ൽ ഐ.എസ്. മൂസുളിലെത്തിയപ്പോൾ ചിലരെങ്കിലും മനസ്സുകൊണ്ടവരെ സ്വാഗതം ചെയ്തിരുന്നുവെന്നാണറിവ്. ബാഗ്ദാദിന്റെ

അവഗണനക്കൊരറുതി വരുമെന്നവർ സ്വകാര്യമായി ആശിച്ചു. മധുവിധുകാലം കഴിഞ്ഞപ്പോഴേക്ക് മൂസുളുകാർക്ക് ഐ.എസ്സിന്റെ രൗദ്രരൂപം മനസ്സിലായി. അവരുടെ ഫിലോസഫി ഉൾക്കൊള്ളാൻ കഴിയാത്തവരെ തോക്കിനിരയാക്കുക, വിദ്യാഭ്യാസ സ്ഥാപനങ്ങൾ അനിസ്ലാമികമെന്നാരോപിച്ചു അടച്ചുപൂട്ടിക്കുക, ദേവാലയങ്ങൾ നശിപ്പിക്കുക ഇതൊക്കെ ആയപ്പോൾ പ്രത്യേകിച്ചും ചെറുപ്പക്കാർ ഐ.എസ്സിനെതിരെ തിരിഞ്ഞു. ജീവൻ നഷ്ടപ്പെട്ടു തുടങ്ങി. അങ്ങനെയാണ് 2.5 മില്ല്യൺ ജനതയിൽ 1.5 മില്ല്യൺ പലായനം ചെയ്യുകയോ മരണം വരിക്കുകയോ ചെയ്തത്.

പട്ടാളത്തിന് ചെറുത്ത് നിൽക്കാൻ കഴിഞ്ഞില്ലെന്ന് മാത്രമല്ല അവരുടെ മനോവീര്യം നഷ്ടപ്പെടുകയും ചെയ്തു. ഈ സന്ദർഭത്തിലാണ് ഇറാഖ് സൈന്യവും കുർദ്ദിസ്ഥാനിൽ നിന്നുള്ള പെഷമർഗ്ഗ പോരാളികളും അമേരിക്കൽ സഖ്യശക്തികളും സംയുക്തമായി ഐ.എസ്സിനെ നേരിടാൻ തീരുമാനിച്ചത്. അങ്ങനെ മൂന്നാംവർഷം ഐ.എസ്. ഭരണത്തിനന്ത്യം കുറിച്ചു. അതിന് നൽകിയ വിലയോ ഒരിക്കലും നികത്താൻ പറ്റാത്തതും. ഐ.എസ്സിനെ തുരത്തുക എന്നതായിരുന്നില്ല അമേരിക്കയുടെ ഉദ്ദേശ്യം. ഐ.എസ്സിനെ ഉന്മൂലനം ചെയ്യുക എന്നതായിരുന്നു. എലിയെ പിടിക്കാൻ ഇല്ലം ചുടേണ്ടിവന്നു. പൊരുതാൻ പറ്റാതായപ്പോൾ മനുഷ്യ മതിലുകൾ കൊണ്ട് ഐ.എസ്. സുരക്ഷാകവചം സൃഷ്ടിച്ചു. നൂറുകണക്കിനാളുകൾ അമേരിക്കൻ ബോംബിങ്ങിൽ മരിച്ചുവീണു. ഐ.എസ്. പശ്ചാത്യ ശക്തികളുടെ ബോംബിങ്ങിൽ ആറായിരം മൂസുൾ നിവാസികൾ മരിച്ചെന്നാണ് Amnesy International റിപ്പോർട്ട് ചെയ്തത്. വീടുകളിലും ഓഫീസുകളിലും മറ്റുകെട്ടിടങ്ങളിലും ഒളിച്ചിരിക്കാൻ തുടങ്ങി. അവരെ വകവരുത്താൻ കെട്ടിടങ്ങൾ ബോംബുകളിട്ടു തകർത്തു. മൂസുളിൽ എണ്ണായിരത്തിലധികം താമസ വീടുകൾ തകർക്കപ്പെട്ടു. ടൈഗ്രീസ് കരയിലെ ഒരു ബഹുനില മനോഹര കെട്ടിടമായിരുന്നു മൂസുൾ മെഡിക്കൽ കോളേജ് ഹോസ്പിറ്റൽ. അത് ബോംബിട്ടു തകർത്തു. ഈ കെട്ടിടത്തിന്റെ ആറാം നിലയിലായിരുന്നു നാൽപ്പത് വർഷം മുമ്പ് എന്റെ ഓഫീസ്. വൈകുന്നേരങ്ങളിൽ ടൈഗ്രീസിനേയും നോക്കി അവിടെയിരുന്നായിരുന്നു ഞാൻ ഇറാഖ് യാത്രാവിവരണമെഴുതിയത്. സ്വാഭാവികമായും ഈ കെട്ടിടം നിലംപതിച്ചെന്നറിഞ്ഞപ്പോൾ എന്റെ കണ്ണുകൾ നനഞ്ഞു. മൂസുളിലെ സൈനിക ഓപ്പറേഷൻ വിജയകരം. പക്ഷേ, രോഗി മരിച്ചു.

ഇറാഖിന്റെ ഭാവി

ഇറാഖ് എങ്ങോട്ട് നീങ്ങുന്നു? ഇറാഖിൽ നടന്ന യുദ്ധങ്ങളും, സദ്ദാമിന്റെ പതനവും വ്യത്യസ്ത ജനവിഭാഗങ്ങളും അവരുടെ ഗോത്രമനസ്സുമെല്ലാം കണക്കിലെടുത്ത് വേണം ഒരു പ്രവചനത്തിലെത്താൻ. ഇതത്ര എളുപ്പമുള്ള കാര്യമല്ല. എങ്കിലും നമുക്ക് ചില അനുമാനങ്ങൾ നടത്താം. ഒരു യുദ്ധം കഴിഞ്ഞാൽ, സ്ഥാനചലനങ്ങൾ സംഭവിച്ച ജനത അവരവരുടെ സ്ഥലങ്ങളിലേക്ക് തിരിച്ചെത്താൻ അഞ്ച് വർഷമെങ്കിലും

എടുക്കുമെന്നാണ് യു.എന്നിന്റെ പഠനങ്ങളും അനുഭവങ്ങളും വ്യക്തമാക്കുന്നത്. പക്ഷേ, ഇറാഖിൽ യുദ്ധാനന്തരം മൂന്നു മാസത്തിനുള്ളിൽ പലായനം ചെയ്തവരും അഭയാർത്ഥികളായി ജീവിച്ചവരും തിരിച്ചെത്തി. അഭിപ്രായ വ്യത്യാസങ്ങളുണ്ടെങ്കിലും ഇറാഖ് ഇന്നും തങ്ങളുടെ അയൽരാജ്യങ്ങളുമായി മമതയിൽ കഴിയുന്നു. അമേരിക്കയും ഇറാനും ബദ്ധശത്രുക്കളായിരിക്കാം. പക്ഷേ ഇരുരാഷ്ട്രങ്ങളും ഇറാഖിനെ സഹായിക്കുന്നു. ഏകാധിപതിയെ വീഴ്ത്തി ജനാധിപത്യ സമ്പ്രദായത്തിലേക്ക് വരുന്ന ചുരുക്കം ചില രാജ്യങ്ങളിലൊന്നാണ് ഇറാഖ്. ഷിയാക്കളുടെ പരിശുദ്ധ നഗരമായ നജഫിൽ പോലും ജനാധിപത്യത്തിന്റെ അലകൾ അടിച്ചുതുടങ്ങി. അമേരിക്കൻ ആക്രമണത്തിൽ മൂന്ന് ലക്ഷം ഇറാഖികളും 4400 അമേരിക്കൻ സൈന്യങ്ങളും കൊല്ലപ്പെട്ടുവെന്നത് മറ്റൊരു വസ്തുതയാണ്. യുദ്ധാനന്തരം നാടുവിട്ട ക്രിസ്ത്യൻ ന്യൂനപക്ഷ ഇറാഖികളിൽ 70% തിരിച്ചെത്തുകയുണ്ടായി.

യുദ്ധങ്ങളെ തുടർന്നു ഇറാഖിന്റെ സമ്പദ്ഘടനയിൽ ചാഞ്ചല്യമുണ്ടായി. എണ്ണവില കൂടിയതോടെ ഇന്നതിനു മാറ്റം വന്നു. ലോകത്തിലെ എണ്ണ ഉൽപ്പാദനത്തിൽ രണ്ടാംസ്ഥാനമാണ് ഇറാഖിനുള്ളത്. ഒപെക്ക് സംഘത്തിൽ അംഗവുമാണ്. ഇറാഖിനെ തുറിച്ചുനോക്കുന്ന ഇപ്പോഴത്തെ പ്രധാന പ്രശ്നം തൊഴിലില്ലായ്മയാണ്. സദ്ദാമിന്റെ സൈനിക സന്നാഹങ്ങൾ അസൂയാവഹമായിരുന്നു. പതിനായിരക്കണക്കിൽ വരുന്ന സൈന്യം ഇന്ന് തൊഴിലില്ലാത്തവരാണ്. സദ്ദാം ജീവിച്ചിരുന്നപ്പോൾ സൈനികർ രാജാക്കന്മാരായിരുന്നു. മറ്റുള്ളവരെ അപേക്ഷിച്ച് അവർക്ക് ശമ്പളവും സൗകര്യങ്ങളും വളരെ കൂടുതലായിരുന്നു. അവരിന്നും തൊഴിൽരഹിതരാണ്. വ്യവസായങ്ങൾ തകർക്കപ്പെട്ടിട്ടുണ്ട്. വിദേശ വ്യവസായികൾ ഇറാഖിൽ നിക്ഷേപം നടത്താൻ മടിച്ചു നിൽക്കുന്നു. ഇതെല്ലാം കാരണം സാമ്പത്തിക പ്രവർത്തനങ്ങൾ മന്ദഗതിയിലാണ്. പൂർവ്വികമായി ഇറാഖ് കാർഷിക രാഷ്ട്രവുമായിരുന്നു. യൂഫ്രട്ടീസ് ടൈഗ്രീസ് നദീജലം ഇതിനൊരു കാരണമാണ്. യുദ്ധാനന്തരം ഈ രംഗത്തും മന്ദതയനുഭവപ്പെടുന്നു. കാലാന്തരത്തിൽ ഇതിനെല്ലാം മാറ്റങ്ങളുണ്ടാവുമെന്ന് നമുക്ക് പ്രത്യാശിക്കാം. അതിന്റെ ലക്ഷണങ്ങൾ കണ്ടുതുടങ്ങുന്നുണ്ട്.

ഇറാഖിന്റെ ഭരണം ബാഗ്ദാദ് കേന്ദ്രീകരിച്ചായിരുന്നു സദ്ദാം സംവിധാനം ചെയ്തിരുന്നത്. മറ്റു പ്രവിശ്യകളിലുള്ളവരുടെ അഭിപ്രായം മാനിച്ചിരുന്നില്ല. എല്ലാം മുകളിലെ കൽപ്പനപ്രകാരം. ഇന്നത്തെ പരിസ്ഥിതിയിൽ വികേന്ദ്രീകരണം അത്യാവശ്യമുണ്ട്. പരസ്പരം പോരടിച്ചു നിൽക്കുന്ന ജനവിഭാഗങ്ങൾക്ക് കുറെയൊക്കെ അധികാരങ്ങൾ നൽകിയുള്ള ഒരു ഫെഡറൽ സംവിധാനം ഉത്തമമെന്നാണ് രാഷ്ട്രീയ പണ്ഡിറ്റുകൾ സമർത്ഥിക്കുന്നത്. യുദ്ധങ്ങളും കോലാഹലങ്ങളുമൊക്കെ നടന്നെങ്കിലും ഇറാഖ് ഇന്നും കൃത്യമായ അതിരുകളോടെ ഒരു മതേതര രാഷ്ട്രമായി നിലകൊള്ളുന്നുവെന്നത് ആശാവഹമാണ്. ■

www.ingramcontent.com/pod-product-compliance
Lightning Source LLC
LaVergne TN
LVHW041534070526
838199LV00046B/1674
* 9 7 8 9 3 8 8 8 3 0 7 4 4 *